குஜராத் 2002 கலவரம்

AF797688

சி.சரவணகார்த்திகேயன்

சி.சரவணகார்த்திகேயன் (1984) அண்ணா பல்கலைக் கழகத்தில் கணிப்பொறியியல் படித்து, தற்போது பெங்களூருவில் தனியார் நிறுவனமொன்றில் மென்பொருளாளராகப் பணியாற்றி வருகிறார். இவரது ஊர் கோவை - ஈரோடு. இவருடைய முதல் புத்தகமான சந்திரயான் (கிழக்கு பதிப்பகம்) 2009ம் ஆண்டின் தமிழக அரசின் சிறந்த நூல் விருதைப் பெற்றது. பரத்தை கூற்று (அகநாழிகை), தேவதை புராணம் (கற்பகம் புத்தகாலயம்) என்கிற கவிதைத் தொகுதிகள் எழுதியிருக்கிறார். இவரது கட்டுரைகளின் தொகுப்பு கிட்டதட்ட கடவுள் (அம்ருதா). ஆனந்த விகடன், குமுதம், குங்குமம், அம்ருதா, ஆழம் உள்ளிட்ட பல இதழ்களில் இவருடைய படைப்புகள் வெளிவந்துள்ளன. இணையதளம் - http://www.writercsk.com/ ட்விட்டர் பக்கம் @writercsk

குஜராத் 2002 கலவரம்

சி. சரவணகார்த்திகேயன்

கிழக்கு

குஜராத் 2002 கலவரம்
Gujarat 2002 Kalavaram
by C. Saravanakarthikeyan ©

First Edition: Januaray 2014
168 Pages
Printed in India.

ISBN: 978-93-5135-168-9
Title No. Kizhakku 755

Kizhakku Pathippagam
177/103, First Floor,
Ambal's Building, Lloyds Road,
Royapettah, Chennai 600 014.
Ph: +91-44-4200-9601

Email : support@nhm.in
Website : www.nhm.in

Author's Email: c.saravanakarthikeyan@gmail.com

Kizhakku Pathippagam is an imprint of New Horizon Media Private Limited

அம்மாவுக்கு...

உள்ளே

நடந்துகொண்டிருக்கும் கலவரங்கள் வினைகளுக்கான எதிர் வினைகளே.

- நரேந்திர மோடி

குஜராத் முதல்வர் (ZEE டிவி நேர்காணல், 1 மார்ச் 2002)

முஸ்லிம்களால் மற்றவர்களோடு ஒத்துவாழவே முடியாது. அவர்களுக்கு மற்றவர்களோடு கலந்துவாழ விருப்பமும் இல்லை. அமைதி வழியில் அல்லாமல் தீவிரவாதத்தின் மூலமாகவே தம் கருத்தை முன்வைக்கிறார்கள்.

- அடல் பிஹாரி வாஜ்பாய்

இந்தியப் பிரதமர் (கோவா, 12 ஏப்ரல் 2002)

முஸ்லிம்கள் இந்த தேசத்துக்குப் புற்றுநோய் போன்றவர்கள். புற்றுநோய் என்பது குணப்படுத்த முடியாத வியாதி. ஒரே வழி அறுவை சிகிச்சைதான். இந்துக்கள் கையில் ஆயுதங்கள் எடுத்து இந்தப் புற்றுநோயை வேரோடு அழிக்க வேண்டும்.

- பால் தாக்கரே

சிவசேனா தலைவர், மகாராஷ்ட்ரா (2002)

இந்துத்துவாவின் எதிரிகள் அனைவரும் மரண தண்டனை பெறுவார்கள்.

- பிரவீன் தொகாடியா

விஷ்வ ஹிந்து பரிஷத் பொதுச் செயலாலர் (2002)

குஜராத்தில் நடந்த கலவரங்கள் ஒரு வெற்றிகரமான பரிசோதனை. எதிர்காலத்தில் நாடு முழுவதும் இதேபோல் கலவரங்கள் நடத்தப்படும்.

- அஷோக் சிங்ஹால்

விஷ்வ ஹிந்து பரிஷத் தலைவர் (2002)

இந்துக்களின் நல்லெண்ணத்தைப் பெற்றால்தான் முஸ்லிம்கள் பாதுகாப்பாக வாழ முடியும். மரியாதை கொடுத்தால்தான் மரியாதை கிடைக்கும்.

- மதன் தாஸ் தேவி

ஆர்எஸ்எஸ் துணைப் பொதுச் செயலாளர் (மார்ச் 18, 2002)

1

அறிமுகம்

An evil deed committed anywhere in India is the concern of every other Indian.

- Mahatma Gandhi (Harijan, 1947)

2002 குஜராத் கலவரங்கள் மதச்சார்பற்ற இந்தியாவின் கறுப்பு நிகழ்வு.

ஆங்கிலத்தில் Pogrom என்றொரு பதம் இருக்கிறது. ஆக்ஸ்ஃபோர்ட் அகராதி அதற்கு 'An organized massacre of a particular ethnic group' என்று அர்த்தம் சொல்கிறது. அதாவது இன அழித்தொழிப்பு. 2002 குஜராத் கலவரங்கள் பற்றிப் பேசும் நடுநிலை ஆய்வாளர்கள் யாரும் அதனை கலவரம் என்றோ வன்முறை என்றோ படுகொலை என்றோ சொல்வதில்லை. இன அழித்தொழிப்பு என்றே குறிப்பிடுகிறார்கள்.

இன்னும் சிலர் இனப்படுகொலை, இன சுத்திகரிப்பு என்றெல்லாம் கூடச் சொல்கின்றனர். அதாவது கலவரங்கள் எனில் இரு பக்கமும் வன்முறைகள் நடக்கும், அழிவுகள் நிகழும். ஆனால் 2002ல் குஜராத்தில் நடந்தவை முழுக்க முழுக்க ஒருபக்கச் சார்பாக நடத்தப்பட்ட -

நேரடியாகச் சொன்னால் பெரும்பான்மை இந்துக்கள் சிறுபான்மை முஸ்லிம்கள் மீது தொடுத்த - கொடுந் தாக்குதல்கள். இதில் மிக மோசமான விஷயம் குஜராத் மாநில அரசும் இந்தக் கலவரங்களில் இந்துக்களுக்கு ஆதரவாகச் செயல்பட்டது என்பதுதான்.

தேசப்பற்று என்ற பெயரில் 1930களிலும் 1940களிலும் ஜெர்மனி யில் ஹிட்லர் 60 லட்சம் யூதர்களைக் கொன்று குவித்ததற்கும், உள்நாட்டு யுத்தம் என்ற பெயரில் கால் நூற்றாண்டாக இலங்கை யில் மகிந்த ராஜபக்ஷே, சந்திரிகா, பிரேமதாசா உள்ளிட்ட அதிபர்கள் லட்சம் தமிழர்களை வேட்டையாடியதற்கும் ஒப்பானது குஜராத் 2002 நிகழ்வு.

பெருத்த உயிப்பலிகளும் பொருட்சேதங்களும் நடந்த இக் கொடூர கலவரங்களைச் செய்ததாகக் குற்றம் சாட்டப்பட்டவர் 2014 லோக்சபா தேர்தல்களுக்கு பாஜகவின் பிரதமர் வேட்பாள ராக அறிவிக்கப்பட்டிருக்கும் நரேந்திர மோடி. அவர்தான் அப்போது குஜராத் முதல்வராக இருந்தார். இப்போது வரையிலும் இருக்கிறார்.

★

பிப்ரவரி 28 முதல் மார்ச் 2 வரையிலான 3 நாள்கள் குஜராத் முழுக்கப் பரவலாக போலீஸ் உள்ளிட்ட அரசு இயந்திரங்களின் மறைமுக ஆதரவுடன் பெரும்பான்மை இந்துக்கள் சிறுபான்மை யினரான முஸ்லிம்களின் உடல், பொருள் மற்றும் உள்ளங் களின்மீது கட்டவிழ்த்துவிட்ட மோசமான வன்முறைகளின் தொகுப்பே '2002 குஜராத் கலவரங்கள்' என்ற பொதுவான சொல்லாடலில் குறிக்கப்படுகிறது.

இதைத் தொடர்ந்து 3 வாரங்களுக்கு அகமதாபாத்தில் மட்டும் கலவரம் நீடித்தது. இதற்குப் பிறகு 3 மாதங்கள் வரை முஸ்லிம் மக்களின்மீதான வன்முறை குஜராத்தில் ஆங்காங்கே தொடர்ந்த படி இருந்தது. இதில் சுமார் 2,000 முஸ்லிம்கள் கொல்லப் பட்டார்கள் (அரசாங்கக் கணக்கு - 790); 254 இந்துக்கள் இறந்தனர். இது போக, 2,500 பேர் காயமடைந்தனர். 223 பேரைக் காணவில்லை.

27 பிப்ரவரி 2002 அன்று அயோத்தியிலிருந்து திரும்பிக் கொண்டிருந்த கரசேவகர்கள் அடங்கிய சமர்பதி எக்ஸ்பிரஸ்

ரயிலின் எஸ் 6 பெட்டி குஜராத்தின் கோத்ரா ரயில் நிலையத்தின் அருகே வைத்து எரிக்கப்பட்டது. இதில் 59 பேர் இறந்தனர். இவர்கள் அனைவரும் இந்துக்கள். இந்தச் சம்பவத்துக்குக் காரணம் முஸ்லிம்கள் என்று கருதப்படுகிறது.

இந்தச் சம்பவமே பின் வந்த கலவரங்களுக்கான உடனடித் தூண்டுதல். ஆனால் கலவரங்கள் நடத்தப்பட்ட விதத்தைப் பார்க்கும்போது, அவற்றில் இருக்கும் துல்லியத்தையும் திட்ட மிடலையும் பார்க்கும்போது, அவை இயல்பாக எழுந்த உணர்ச்சி அலைகளாகத் தெரியவில்லை. நீண்டகாலம் திட்டமிட்டு ஒரு பொறிக்காகக் காத்திருந்தது போலத்தான் தோன்றுகிறது. கோத்ரா ரயில் எரிப்புச் சம்பவம் அந்தப் பொறியாக வந்து மாட்டிக்கொண்டுவிட்டது.

மனிதர்களை உயிருடன் எரிப்பது, பெண்களைக் கூட்டாகப் பாலியல் வல்லுறவுக்கு உட்படுத்துவது, குழந்தைகளைக் கொடூரமாகக் கொல்வது, உடைமைகளைக் கொள்ளை யடிப்பது, வீடுகளை, கடைகளை எரிப்பது என்று மிகப் பெரிய அளவில் நடத்தப்பட்ட வன்முறை தாக்குதல் அது. கலவரம் நெடுகிலும் இந்துக்களின் கையே ஓங்கியிருந்தது. அரசும் இந்துக்களின் பக்கம் என்பதால் முஸ்லிம்கள் மௌன வலியுடன் அனைத்தையும் ஏற்றுக்கொள்ளுமாறு நிர்பந்திக்கப்பட்டனர்.

விஷ்வ ஹிந்து பரிஷத், பஜ்ரங் தள், ஆர்எஸ்எஸ் போன்ற இந்து அமைப்புகளும் ஆளும் பாஜக கட்சியும் அனைத்துக்கும் பெரும் தூண்டுதலாக இருந்தன என்றாலும் குஜராத் முதல்வர் நரேந்திர மோடியின் மறைமுக ஆதரவு இவற்றுக்கு இருந்தது என்பது முக்கியம். போலீஸ்காரர்கள், அரசாங்க அலுவலர்கள் கடமை தவறி கலவரங்களை வேடிக்கை பார்த்தனர். அவர்கள் முஸ்லிம் களைக் காப்பாற்ற துரும்பையும் கிள்ளிப் போடவில்லை. மாறாக அவர்கள் கலவரக்காரர்களுக்கு உதவினர். இதனால் கிடைத்த தைரியத்தில் சாதாரண பொதுமக்கள், சமூகத்தில் நல்ல நிலையில் இருப்பவர்கள், சில இடங்களில் பெண்களும்கூட கலவரத்தில் ஈடுபட்டனர்.

குஜராத் கலவரங்களை நேரில் ஆய்வு செய்த அரசு சாரா நிறுவனங்கள், உண்மை அறியும் குழுக்கள், தேசிய மனித உரிமை ஆணையம் உள்ளிட்ட அமைப்புகள், ஹ்யூமன் ரைட்ஸ் வாட்ச் போன்ற சர்வதேச அமைப்புகள், நடுநிலைமையான

பத்திரிகையாளர்கள், சிந்தனையாளர்கள், எழுத்தாளர்கள், சமூகப் போராளிகள் என்று அனைவரும் ஒருமித்த குரலில் சொல்வது இதைத் தான், நரேந்திர மோடி தலைமையிலான குஜராத் மாநில அரசு கலவரங்களை அடக்கத் தவறியதோடு மட்டுமல்லாமல் அவற்றுக்கு மறைமுக ஆதரவும் அளித்தது.

கலவரங்களின்போது மட்டுமல்லாமல் அதற்குப் பின் சட்ட நடவடிக்கைகளிலும் கலவரக்காரர்கள் யாரும் சரியாகத் தண்டிக்கப்படவில்லை. இன்னொரு புறம் கலவரத்தில் பாதிக்கப்பட்ட முஸ்லிம்களுக்கு நிவாரண முகாம்களில் எந்த சரியான கவனிப்பும் வழங்கப்படவில்லை. அதற்குப் பின்னர் அவர்கள் இயல்பு வாழ்க்கைக்குத் திரும்பவும் அரசு சரியான உதவிகள் ஏதும் செய்யவில்லை.

கலவரம் நடந்து கிட்டத்தட்ட 12 வருடங்கள் ஆகப் போகின்றன. இன்று வரையிலும் குஜராத் வன்முறைகளின் வடு பல முஸ்லிம்களின் உடலிலும் மனதிலும் ஆறாமல் வதைக்கிறது. தினசரி வாழ்க்கையில் அவற்றின் பிரதிபலிப்புகளை அடிக்கடி கண்ட வண்ணம் இருக்கிறார்கள். சொந்த மண்ணிலேயே மனதளவில் அகதிகளாக வாழ்கிறார்கள். ஆனால் இதைச் செய்தவர்கள், இவற்றுக்கெல்லாம் காரணமானவர்கள் இதைப் பற்றிப் பெருமிதம் பொங்கப் பேசித் திரிகின்றனர். அவர்கள் எதற்கும் எப்போதும் யாரிடமும் எந்த மன்னிப்பையும் கோர வில்லை. தனிப்பட்ட முறையில்கூட அவர்களுக்கு எந்தக் குற்றவுணர்ச்சியும் இல்லை. கலவரத்தைவிடக் கொடூரமானது ரயில் எரிப்புக்கு பதிலடி தான் கலவரம் என நியாயப்படுத்தும் மனநிலை. நிறைய இந்துக்கள் அப்படி நினைக்கிறார்கள்.

நாம் வாழுங்காலத்தில் இந்தியாவில் நடந்த மிகக் கொடூரமான மதக்கலவரம் இது. இதைப் பற்றி பேசாமல் கடந்து போவதும், இதை மறந்து சம்மந்தப்பட்டவர்களை ஆதரிப்பதும் கிட்டத் தட்ட நாமும் அக்கலவரங்களில் பங்கு கொண்டதற்குச் சமம்.

★

2002 குஜராத் கலவரங்களை விசாரிக்க உச்ச நீதிமன்றம் அமர்த்திய சிபிஐ அதிகாரிகள் கொண்ட சிறப்புப் புலனாய்வுக் குழு (Special Investigation Team – SIT) 2012ல் நரேந்திர மோடி குற்றமற்றவர் எனத் தீர்ப்பளித்தது. ஆனால் 2013ல் சிறப்புப்

புலனாய்வுக் குழு மோடிக்கு எதிரான சில முக்கியமான ஆதாரங்களைத் திட்டமிட்டு மறைத்திருப்பது தெரிய வந்தது. அதனால் பலத்த சர்ச்சை எழுந்தது.

சிறப்புப் புலனாய்வுக் குழுவின் அறிக்கையை அடிப்படையாகக் கொண்டு 2013ன் குஜராத் கலவரங்களில் ஒன்றான குல்பர்கா சொஸைட்டி சம்பவம் தொடர்பான வழக்கில் தீர்ப்பளித்த உள்ளூர் நீதிமன்றம் நரேந்திர மோடி குற்றமற்றவர் என அறிவித்தது. இதைக் குறித்து தன் வலைதளத்தில் எழுதிய நரேந்திர மோடி முதல் முறையாக குஜராத் கலவரங்கள் குறித்த தன் கருத்துக்களைப் பதிவு செய்தார்.

நரேந்திர மோடியின் அந்தப் பதிவிலிருந்து சில பகுதிகள்:

'சோகம், வலி, வருத்தம், துக்கம், துயரம், துன்பம், என வெறும் சொற்களைக் கொண்டு இந்த மனிதத்தன்மையற்ற செயல் ஒருவரின் மனதில் எற்படுத்தும் வெறுமையை வர்ணிக்க இயலாது. அதிகாரத்தில் இருப்பவர்கள் இதுபோன்ற சமயங் களில் தங்கள் வலியையும் வருத்தத்தையும் பகிர்ந்துகொள்ள முடியாதபடி தனிமையில் துன்புற வேண்டியிருக்கும். அது போன்ற கொடூரமான துரதிர்ஷ்ட தினங்கள் எந்த மனிதனின், சமூகத்தின், தேசத்தின் வாழ்விலும் வரவே கூடாது. என் அன்புக்குரிய சொந்த குஜராத்தி சகோதர சகோதரிகளின் மரணத் துக்கும் துயரத்துக்கும் நான் தான் காரணம் எனக் குற்றம் சாட்டப்பட்டேன். உங்களை சுக்குநூறாக்கிய ஒரு சம்பவத்துக்கு நீங்களே காரணம் என்று சொல்லப்பட்டால் அதனால் உள்ளுக்குள் ஏற்படும் பாதிப்பையும் அதிர்ச்சியையும் உங்களால் கற்பனை செய்ய முடிகிறதா? நாட்டில் நடந்த எந்த முந்தைய கலவரங்களைவிடவும் குஜராத் அரசு இந்தக் கலவரங்களுக்கு மிகத் துரிதமாகவும் திறமையாகவும் எதிர்வினையாற்றியது.'

கலவரங்களை 'முட்டாள்தனமான செயல்' என மோடி குறிப்பிட்டாலும் 2001 குஜராத் பூகம்பத்தையும் 2002 குஜராத் கலவரத்தையும் அவர் ஒப்பிட்டிருந்தார். இந்த நீதிமன்றத் தீர்ப்பின்மூலம் தான் விடுவிக்கப்பட்டதாகவும், அமைதியாக உணர்வதாகவும் சொல்லி 'உண்மை வெல்வதே இயற்கையின் நியதி'' என்றும் குறிப்பிட்டிருக்கிறார்.

2002 குஜராத் கலவரங்கள் பற்றிய தன் முதல் மனம் திறந்த பதிவாக இதைக் குறிப்பிடுகிறார் மோடி. ஆனால் இதிலும்

சம்பவத்துக்குத் தார்மீகப் பொறுப்பேற்கும் மனநிலை அல்லாமல் நிகழ்வுகளுக்குத் தொடர்பற்ற யாரோ மூன்றாம் மனிதரைப் போல் வெளியிலிருந்து கதை கேட்டு வருத்தப்படும் தொனியே தென்படுகிறது.

இது இந்து மதம் அல்லது நரேந்திர மோடிக்கு எதிரான அல்லது காங்கிரஸுக்கு ஆதரவான புத்தகம் அல்ல. மாறாக, 2002 குறித்த ஒரு துல்லியமான வரலாற்றுப் பதிவு மட்டும்தான்.

2

இந்து - முஸ்லிம் - இந்தியா

மதம் என்பது இந்தியாவின் ரத்தத்தில் எப்போதும் இருக்கும் விஷம்.

- சல்மான் ருஷ்டி, தி கார்டியன், 9 மார்ச் 2002.

இந்தியாவில் இந்து - முஸ்லிம் சண்டை என்பது நெடிய பாரம்பரியம் கொண்டது. கிபி 711ம் ஆண்டு முகமது பின் காசிம் என்ற மெக்காவைச் சேர்ந்த உமாய்யத் ராஜ்ஜியத்தின் தளபதி, சிந்து மாகாணம் (தற்போதைய பாகிஸ்தான்; அப்போது ஒருங்கிணைந்த இந்தியாவின் பகுதி) மீது படையெடுத்தார். அப்போது டெபல் என்ற ஊரிலிருந்த பெரிய இந்து கோயிலை இடித்து விட்டு ஒரு மசூதியை எழுப்பினார்.

கிபி 1024ல் முகமது கஜினி என்ற துருக்கிய சுல்தான் புகழ்பெற்ற சோம்நாத் கோயிலை (குஜராத்) கொள்ளையிட்டு அழித்தார். இதில் சுமார் 50,000 இந்துக்கள் கொல்லப்பட்டனர். தொடர்ந்து முகமது கோரி என்ற குரித் வம்சத்தைச் சேர்ந்த இரானிய சுல்தான் கிபி 1194ல் வாரனாசியில் பல இந்து கோயில்களை இடித்தார்.

13ம் நூற்றாண்டின் தொடக்கத்தில் குத்புதீன் ஐபக் என்ற துருக்கிய சுல்தான் (புகழ் பெற்ற குதுப் மினாரை நிர்மாணித்தவர்) டெல்லியின் முதல் மசூதியை (குவ்வாட் அல் இஸ்லாம்) ஓர் இந்து கோயிலை தரை மட்டமாக்கிவிட்டே அமைத்தார்.

14ம் நூற்றாண்டில் துருக்கிய சுல்தான் ஃபெரோஸ் ஷா துக்ளக் பிராமணர்களை இஸ்லாமியர்களாக கட்டாய மதமாற்றம் செய்தார். பல இந்துக்களைக் கொன்றார்.

கிபி 1311ல் மாலிக் கஃபூர் என்ற தளபதி (டெல்லி சுல்தானாக இருந்த அலாவுதீன் கில்ஜியின் அன்புக்குரியவர், போரில் அடிமையாகக் கைப்பற்றப்பட்டு ஆண்மை நீக்கம் செய்யப் பட்டவர். எல்லாவற்றுக்கும் மேலாக, இந்துவாகப் பிறந்து இஸ்லாமியராக மதம் மாறியவர்) ஸ்ரீரங்கம் கோவிலைக் கொள்ளையிட்டு பல இந்துக்களைக் கொன்றார். கிபி 1323ல் ஸ்ரீரங்கம் கோவில் மறுபடி உலூஹ் கான் என்ற தளபதியால் கைப்பற்றப்பட்டபோது, பல்லாயிரக்கணக்கான இந்துக்கள் கொல்லப்பட்டனர். தமிழகம் கண்ட முதல் இந்து - முஸ்லிம் வன்முறைகள் இவை.

கிபி 1398ல் தைமுர் என்ற துருக்கிய - மங்கோலியச் சக்கர வர்த்தியின் தில்லிப் படையெடுப்பில் ஒரு லட்சம் இந்துக்கள் சிறைப்பிடிக்கப்பட்டு கொல்லப்பட்டனர். கிபி 1526ல் முதலாம் பானிபட் யுத்தத்தில் வெற்றிபெற்ற கையோடு கிபி 1527ல் உத்தரப் பிரதேசத்தின் அயோத்தியில் மசூதி ஒன்றை நிர்மாணித்தார் பாபர் (இவர் தந்தை வழியில் தைமுரின் வாரிசு; தாய் வழியில் செங்கிஸ்கானின் வம்சம். முகலாய ராஜ்யத்தை நிறுவியவர்). இது பகவான் ஸ்ரீராமர் அவதரித்த ஸ்தலம் என்றும், இங்கு ஏற்கெனவே ராமர் கோயில் இருந்தது என்றும், அதை இடித்துவிட்டே மசூதியைக் கட்டினார் என்றும் சொல்லப்படு கிறது. இது தான் பாபர் மசூதி.

இதன் பிறகு 17 நூற்றாண்டின் பிற்பகுதியில் முகலாயச் சக்ர வர்த்தி ஔரங்கசீப்பின் ஆட்சியில் 60,000 இந்துக் கோயில்கள் இடித்துத் தரை மட்டமாக்கப்பட்டு கிட்டதட்ட 80,000 இந்துக்கள் வரையிலும் கொல்லப்பட்டனர். இறுதிவரை இந்து வெறுப்பு என்பதை தனது பிரதான அடையாளமாகவே கொண் டிருந்தார் ஔரங்கசீப்.

இப்படியாக கிபி 8ம் நூற்றாண்டு முதல் 17ம் நூற்றாண்டு வரையிலான சுமார் ஆயிரம் ஆண்டுகள் இந்தியாவில் இந்து - முஸ்லிம் சண்டை என்பது முழுக்க முழுக்க ஒரு பக்கச்சார்பாகவே, அதாவது முஸ்லிம்கள் தம் ஆட்சி அல்லது படைபலத்தால் இந்துக்களைக் கொல்வதாகவும், கட்டாயமாக மதம் மாற்றுவதாக வும், அவர்களின் மதச்சின்னங்களை அழிப்பதாகவுமே இருந்தது.

கிழக்கிந்திய கம்பெனி நுழைந்த பின், இந்தியாவில் முகலாய ஆட்சி முடிந்து பிரிட்டிஷ் ஏகாதிபத்தியம் வந்த பிறகு, பெரிய கலவரங்கள் ஏதும் நடக்கவில்லை.

பிரிட்டிஷ் ஆட்சியின் பிரித்தாளும் கொள்கையின் ஒரு பகுதியாக 1905ல் வங்காள மாகாணம் இரண்டாகப் பிரிக்கப்பட்டது. மேற்கு வங்காளத்தில் இந்துக்களும் கிழக்கு வங்காளத்தில் முஸ்லிம்களும் பெரும்பான்மையாக இருந்தனர். பிறகு நாடு முழுக்க இதற்கு எழுந்த எதிர்ப்புகளின் காரணமாக 1911ல் வங்காள மாகாணம் மீண்டும் ஒன்றாக்கப்பட்டது. ஆனால் இந்தப் பிரிவினை இந்து - முஸ்லிம் மக்களிடையே நிரந்தரமாக பகையுணர்வை விதைத்தது.

இடையில் நாக்பூரில் 1923 மற்றும் 1927ல் இந்து - முஸ்லிம் கலவரங்கள் நடந்தன. இதை ஒட்டித்தான் இந்துக்களைப் பாது காக்கும் நோக்கில் ஆர்எஸ்எஸ் என்ற ராஷ்ட்ரிய ஸ்வயம்சேவக் சங் அமைப்பு 1925ம் ஆண்டில் தொடங்கப்பட்டது.

1946ல் வங்காளத்தில் நடைபெற்ற நவகாளி கலவரங்கள் பெரும்பான்மை முஸ்லிம்கள் சிறுபான்மை இந்துக்கள்மீது தொடுத்த வன்முறையாகும். இதில் 5,000க்கும் மேற்பட்ட இந்துக்கள் கொல்லப்பட்டனர். நூற்றுக்கணக்கான பெண்கள் வன்கலவி செய்யப்பட்டனர். ஆயிரக்கணக்கானோர் இஸ்லாத் துக்குக் கட்டாய மதமாற்றம் செய்யப்பட்டனர்.

காந்தி 4 மாதங்கள் நவகாளியில் தங்கியிருந்து இந்து - முஸ்லிம் நல்லிணக்கம் ஏற்பட பிரசாரங்கள் மேற்கொண்டார். ஆனால் அவற்றால் பெரிய பலன்கள் ஏதுமில்லை. வங்காளத்தில் கலவரத்துக்குப் பிழைத்த பெரும்பாலான இந்துக்கள் திரிபுரா, அசாம், மேற்கு வங்காளம் என நிரந்தரமாக இடம் பெயர்ந்தனர்.

இந்தியப் பிரிவினை நிகழக்கூடாது என்பது காந்தியின் கனவு. ஆனால் அதற்காக அவர் மேற்கொண்ட முயற்சிகள் பலனளிக்க வில்லை. தேசம் இரண்டானால், இரு நாடுகளுக்கும் இடையில்

பிரச்னைகள் இருந்துகொண்டே இருக்கும் என்பதை அவர் அறிந்திருந்தார். முகமது அலி ஜின்னாவே ஒருங்கிணைந்த இந்தியாவின் பிரதமராக இருக்கட்டும் என்றுகூட சொல்லிப் பார்த்தார். ஆனால், காங்கிரஸ் கட்சியில் இருந்த நேரு, படேல் உள்ளிட்ட மற்றவர்கள் அதை ஏற்கவில்லை. காந்தி உணர்ச்சிவசப்பட்டு முன்வைத்த யோசனை இது என்றாலும் பிரிவினையைத் தடுக்க அவர் எந்த அளவுக்குத் தயாராக இருந்தார் என்பது இதிலிருந்து தெரியவருகிறது.

1947ல் சுதந்தரத்தோடு சேர்த்து பாகிஸ்தான் பிரிவினையும் கிடைத்தது. இந்தியா - பாகிஸ்தான் எல்லையில் மிகப் பெரும் கலவரங்கள் மூண்டன. இந்தியாவில் இருந்த முஸ்லிம்கள் பாகிஸ்தானுக்கும், பாகிஸ்தானில் வசித்த இந்துக்கள், சீக்கியர்கள் இந்தியாவுக்கும் இடம் பெயர்ந்தனர். அப்போது எல்லையில் மிகப் பெரும் கொடூரங்கள் அரங்கேறின. இரு பக்கமும் கொலைகள், கொள்ளைகள், வன்கலவிகள் மிகுந்தன. மொத்தம் 1.45 கோடி மக்கள் புலம் பெயர்ந்தனர். சுமார் 5 லட்சம் பேர் இறந்தனர்.

சுதந்தர தினமான ஆகஸ்ட் 15, 1947 அன்று தேசமே இனிப்பு வழங்கி கொண்டாடிக் கொண்டிருக்க, நேரு, படேல் உள்ளிட்ட அத்தனை முக்கியத் தலைவர்களும் புது டெல்லியில் வீற்றிருக்க, காந்தி மட்டும் கல்கத்தாவில் பிரிவினைக் கலவரங்களுக்கு மனம் வருந்தி இந்து - முஸ்லிம் ஒற்றுமை வேண்டி அமைதியாக உண்ணாவிரதம் மேற்கொண்டிருந்தார்.

பிறகு சுதந்தரத்தின்போது பாகிஸ்தானுக்கும் முஸ்லிம்களுக்கும் பரிந்து பேசிய காரணத்துக்காகவே இந்துத்துவச் சித்தாந்தத்தில் ஊறிய, ஆர்எஸ்எஸ் அமைப்பின் உறுப்பினரான நாதுராம் விநாயக் கோட்ஸே காந்தியை 30 ஜனவரி 1948 அன்று சுட்டுக் கொன்றான். இன்னொரு ஆர்எஸ்எஸ் உறுப்பினரான விநாயக் தாமோதர் சாவர்கர் இதன் பின்னால் இருக்கும் சூத்ரதாரி எனச் சொல்லப்படுகிறது. காந்தி மரணத்தை ஆர்எஸ்எஸ் தொண்டர்கள் இனிப்பு வழங்கிக் கொண்டாடினர்.

காந்தி கொலையை நேரு நாட்டுக்கு ரேடியோவில் அறிவித்த போதுகூட கொலையாளி யார் என்பதை விட அவன் ஓர் இந்து தான், முஸ்லிம் அல்ல என்பதையே அழுத்தமாகச் சொல்ல வேண்டியிருந்தது. அப்படிப்பட்ட கொந்தளிப்பான சூழலே நாடு

முழுமையிலும் இந்து - முஸ்லிம் சமூகத்தினர் இடையே நிலவியது. கலவரம் எந்நேரமும் வெடிக்கத் தயாராய் இருந்தது.

★

சுதந்தரத்துக்குப் பிறகும் இந்தியாவில் ஆங்காங்கே - குறிப்பாக வட மாநிலங்களில் - சிறிதும் பெரிதுமாக இந்து - முஸ்லிம் வன்முறைகள் தொடரவே செய்தன. 1969ல் குஜராத்தில் மிகப் பெரிய இந்து - முஸ்லிம் கலவரம் வெடித்தது. பல்வேறு சமூக பொருளாதார காரணங்கள் இக்கலவரத்திற்கு காரணம் என்றாலும் செப்டெம்பர் 18 அன்று முஸ்லிம்களால் ஓர் இந்து கோயில் இடிக்கப்பட்டதே உடனடிக் காரணம். இக்கலவரங் களில் 2,000 பேர் கொல்லப்பட்டனர். அதில் பெரும்பான்மை யானோர் முஸ்லிம்கள். சொத்துகளுக்கும் பலத்த சேதம் உண்டாகியது. மாநில அரசால் அமைக்கப்பட்ட நீதிபதி ரெட்டி கமிஷன் இக்கலவரங்களுக்கு இந்து தேசிய அமைப்புகளே காரணம் எனத் தீர்ப்பளித்தது.

1980களின் பிற்பகுதியில் பாஜக என்ற பாரதிய ஜனதா கட்சி உத்தரப் பிரதேச மாநிலத்தின் அயோத்தியில் பாபர் மசூதி இருக்கும் இடத்தில் ராமர் கோயில் கட்டித் தருவதாக உறுதி யளித்தது. இந்துத்துவ அரசியலைத் தேர்தல் ஓட்டு வங்கியைக் குறி வைத்து தேசிய நீரோட்டத்தில் புகுத்தியது பாஜக.

இதற்கு விஷ்வ ஹிந்து பரிஷத் (விஹெச்பி) என்ற இந்துத்துவ அமைப்பும் அதன் இளைஞர் அணியான பஜ்ரங் தள் என்ற அமைப்பும் உறுதுணையாக இருந்தன. ஆர்எஸ்எஸும் இதற்கு ஆதரவு. ஆனால் இவை அரசியல் கட்சிகள் அல்ல.

அயோத்தியாவில் மட்டுமல்லாது இந்தியா முழுக்க இந்துக்கள் மத்தியில் ராமர் கோவிலுக்கான ஆதரவைத் திரட்டும் முயற்சி யில் பாஜகவுடன் இணைந்து இந்த மூன்று அமைப்புகளும் இறங்கின. பிற்பாடு இந்தியாவில் நிகழ்ந்த பெரும்பாலான இந்து - முஸ்லிம் கலவரங்கள் அனைத்துக்குமே இதுதான் தொடக்கப் புள்ளி.

1989ல் பிகாரின் பகல்பூர் என்ற இடத்தில் நடந்த இந்து - முஸ்லிம் கலவரத்தில் ஆயிரம் பேருக்கு மேல் கொல்லப் பட்டனர். இதில் இறந்தவர்களிலும் பெரும்பான்மையானோர் முஸ்லிம்களே. அயோத்தியில் ராமர் கோவில் கட்ட விஷ்வ

ஹிந்து பரிஷத் செங்கல் திரட்டும் பணியில் இறங்கியது. ஒரு முஸ்லிம் பிரதேசத்தை கடந்து சென்றபோது கலவரம் வெடித்தது. கலவரத்தைக் கட்டுப்படுத்தத் தவறிய போலீசைக் குற்றம் சாட்டியது மாநில அரசால் அமைக்கப்பட்ட 3 நபர் கொண்ட விசாரணை கமிஷன். அப்போது ஆட்சியிலிருந்த காங்கிரஸ் கட்சியைச் சேர்ந்த பலரே கலவரங்களில் பங்கெடுத்திருந்தது தெரியவந்தது.

6 டிசம்பர் 1992. உத்தரப் பிரதேசத்திலிருக்கும் அயோத்தியில் 465 ஆண்டு பழமை வாய்ந்த பாபர் மசூதி சுமார் ஒன்றரை லட்சம் பேர் கலந்து கொண்ட பிரம்மாண்டப் பேரணிக்குப் பிறகு இந்து கரசேவகர்களால் இடிக்கப்பட்டது. இதை விசாரித்த நீதிபதி லிபரான் கமிஷன் அறிக்கை லால் கிருஷ்ண அத்வானி, அடல் பிஹாரி வாஜ்பாய், முரளி மனோகர் ஜோஷி, கல்யாண் சிங் (அப்போதைய உத்தரப் பிரதேச முதல்வர்) உள்ளிட்ட அன்றைய பல உயர்மட்ட பாஜக, ஆர்எஸ்எஸ் தலைவர்கள்மீது மசூதி இடிக்கப்படக் காரணமானவர்கள் எனக் குற்றம் சாட்டியது.

இதைத் தொடந்து 1992 டிசம்பர் மற்றும் 1993 ஜனவரி மாதங்களில் மும்பையில் பெரும் கலவரங்கள் நடந்தன. 900 பேர் கொல்லப்பட்டனர். இதில் இறந்தவர்களும் பெரும்பான்மையினர் முஸ்லிம்களே. பால் தாக்கரே தலைமையிலான சிவசேனை தான் இந்தக் கலவரங்களை அரங்கேற்றியது. இதற்கு எதிர்வினையாக மார்ச் 1993ல் மும்பையில் 13 இடங்களில் குண்டுவெடிப்பு நிகழ்ந்தது. இதன் சூத்திரதாரியான மும்பை நிழலுலக தாதா தாவூத் இப்ராஹிம் மற்றும் அவன் கூட்டாளி டைகர் மெமான் இருவரும் இன்னும் பிடிபடவில்லை.

1989 - 1990ல் சுமார் 300 காஷ்மிரி பண்டிட்டுகள் முஸ்லிம் தீவிரவாத அமைப்புகளால் கொல்லப்பட்டனர். இதையடுத்து சுமார் 5 லட்சம் பண்டிட்டுகள் காஷ்மிரைவிட்டு வெளி மாநிலங்களுக்குப் புலம் பெயர்ந்தனர். 2000ம் ஆண்டு அமர்நாத் புனித யாத்திரை வந்த இந்துக்கள் 30 பேர் முஸ்லிம் தீவிரவாதிகளால் கொல்லப்பட்டனர்.

2001ல் இந்திய நாடாளுமன்றம் தீவிரவாதிகளால் தாக்கப்பட்டது. லஷ்கர்-இ-தொய்பா மற்றும் ஜெய்ஷ்-இ-முகமது ஆகிய முஸ்லிம் தீவிரவாத இயக்கங்கள் இதற்குப் பொறுப்பேற்றன. 5 தீவிரவாதிகள் உள்பட 12 பேர் இதில் உயிரிழந்தனர். 2001 வரை இந்தியாவில் நடந்த முக்கியமான இந்து - முஸ்லிம் வன்முறைகள் இவை.

3

குஜராத்: பூர்வ கதை

குஜராத் இந்தியாவின் மேற்கு முனை. இந்திய வரைபடத்தில் பார்த்தால் இடது உள்ளங்கையின் கட்டை விரல் துருத்தல் போல் தெரியும் மாநிலம். வடக்கே ராஜஸ்தான், கிழக்கே மத்தியப் பிரதேசம், தெற்கே மகாராஷ்ட்ரா என மூன்று மாநிலங்களால் சூழப்பட்டது குஜராத். தென்மேற்கே அரபிக் கடல். மொத்தம் 1,600 கிமீ நீள கடற்பகுதி.

இவை போக, வடமேற்கே பாகிஸ்தானின் சிந்து மாகாணம் இன்னொரு எல்லை. நேரடியாக பாகிஸ்தானுடன் எல்லைப் பகிர்வு என்பது கனன்று கொண்டிருக்கும் நெருப்பு போல் குஜராத் மாநிலத்தின் தலை விதியில் ஒரு முக்கிய விஷயம்.

குஜராத்தின் பரப்பளவு 1,96,204 சதுர கிமீ. இந்தியாவின் 7வது மிகப் பெரிய மாநிலம் (தமிழ் நாட்டை விடப் பெரியது). தலைநகர் காந்தி நகர். ஆனால் மாநிலத்தின் மிகப் பெரிய நகரம் அகமதாபாத். சூரத் ஒரு முக்கியத் தொழில் நகரம். இந்தியாவின் முன்னேறி வரும் மாநிலங்களில் குஜராத்தும் ஒன்று.

2011 கணக்கெடுப்பின்படி குஜராத்தின் மக்கள் தொகை 6 கோடிக்கும் மேல். இதில் 89.1% பேர் இந்துக்கள், 9.1% முஸ்லிம்கள், மீதி ஜைனர்கள், கிறிஸ்தவர்கள், சீக்கியர்கள், புத்த மதத்தவர் மற்றும் பார்ஸிகள். குஜராத்தி பிரதான மொழி. இது தவிர பழங்குடி இன மொழிகளும், இந்தி, சிந்தி, கட்சி, மராத்தி, மார்வாரி, மெமோனி, உருது, அராபி, ஃபார்ஸியும் குறைந்த அளவில் பேசப்படுகின்றன.

குஜராத் இந்திய தேசப்பிதா மகாத்மா காந்தியின் நிலம். சுவாரஸ்ய முரணாக பாகிஸ்தானின் தேசப்பிதா முகமது அலி ஜின்னாவும் ஒரு குஜராத்தியே! இந்தியாவின் இரும்பு மனிதர் சர்தார் வல்லபாய் படேல், பிரபல தொழிலதிபர்கள் ஜாம்ஷெட்ஜி டாடா, திருபாய் அம்பானி, அசிம் பிரேம்ஜி, விண்வெளி விஞ்ஞானி விக்ரம் சாராபாய் எல்லோரும் குஜராத்திகளே.

★

குஜராத் பண்டைய சிந்து சமவெளி நாகரிகத்தின் ஒரு பகுதி. 3,000 வருடங்களுக்கு முன்பே எகிப்து, சுமேர், பக்ரைன், பாரசீகம் போன்ற தேசங்களோடு குஜராத்துக்குக் கடல் வாணிபம் இருந்தது. கிபி 8 முதல் 10ம் நூற்றாண்டு வரை பாரசீகத்தில் (இன்றைய இரான்) முஸ்லிம்களின் படையெடுப்பு அதிகரித்த சமயம், அங்கே வாழ்ந்த ஜரதூஸ்திர சமயம் பின்பற்றியவர்கள் கடல் மார்க்கமாக குஜராத்தில் அகதிகளாக அடைக்கலம் புகுந்தனர். அவர்களே இன்றைய பார்சிகள்.

11ம் நூற்றாண்டில் முகமது கஜினி சோமநாத் ஆலயத்தைக் கொள்ளையிட்டுச் சென்றதிலிருந்து குஜராத்தில் முஸ்லிம்களின் ஆதிக்கம் தொடங்குகிறது. 13ம் நூற்றாண்டில் அலாவுதின் கில்ஜியின் காலத்தில் குஜராத் டெல்லி சுல்தான் ஆதிக்கத்தின்கீழ் வந்தது. 14ம் நூற்றாண்டின் முடிவில் மறுபடி குஜராத் சுதந்தர மானது. அகமதாபாத் அதன் தலைநகரமாக நிர்மாணம் செய்யப் பட்டது. பிறகு 16ம் நூற்றாண்டில் அக்பர் மறுபடியும் அதை முகலாய ஆதிக்கத்தின்கீழ் கொண்டு வந்தார். அதற்குப் பின் ஔரங்கசீப் குஜராத்தின் ஒரு முக்கிய ஆட்சியாளர்.

கிபி 1497ல் வாஸ்கோடகாமா ஐரோப்பாவிலிருந்து இந்தியா வுக்குக் கடல் வழியைக் கண்டுபிடிக்க கஞ்சி கலாம் என்ற குஜராத்தின் கட்ச் பகுதியைச் சேர்ந்த கடல் வணிகனே உதவியாக இருந்தான். ஆப்பிரிக்காவிலிருந்து வாஸ்கோடகாமா இவனைக்

கப்பலில் பின்தொடர்ந்து வந்து இக்கடல் மார்க்கத்தைக் கண்டு பிடித்தார்.

பிறகு 17ம் நூற்றாண்டிலிருந்து முந்நூறு ஆண்டுகளுக்கும் மேலாக பிரிட்டிஷ் ஆட்சி நீடித்தது. பாம்பே பிரசிடன்ஸியின் கீழ் குட்டிக்குட்டி ராஜாங்கங்களாக குஜராத் சிதறிக் கிடந்த காலகட்டம் அது. சுதந்தரப் போராட்ட காலத்தில் காந்தியின் தலைமையில் குஜராத்துக்கு முக்கியப் பங்கு இருந்தது. தண்டி உப்பு சத்தியாக்கிரகம் ஓர் உதாரணம். காந்தி அகமதாபாத்தில் சபர்மதி ஆசிரமம் அமைத்தார்.

சுதந்தரத்துக்குப் பிறகு 1960ல் பாம்பே பிரசிடன்ஸி குஜராத், மகாராஷ்ட்ரா என இரண்டு மாநிலங்களாகப் பிரிந்தது. 1970ல் குஜராத் தலைநகர் ஆனது காந்தி நகர்.

1969ல் முன்பு குறிப்பிட்ட இந்து - முஸ்லிம் கலவரங்கள், 1979ல் மோர்வி அணைக்கட்டு இடிந்து பெருத்த பொருளாதார சேதம், 1980களின் முற்பகுதியில் இட ஒதுக்கீட்டுக்கு எதிராக பல சாதிக் கலவரங்கள், 2001ல் 20,000 பேர் பலியான பூஜ் பூகம்பம் - இது தான் 2002 வரையிலான சுருக்கமான குஜராத் வரலாறு.

★

சுதந்தரம் கிடைத்ததிலிருந்து குஜராத்தில் காங்கிரஸ் ஆட்சிதான். காந்தியின் நேரடியான செல்வாக்குதான் முக்கியக் காரணம். ஆனால் உள்ளிறங்கி கவனித்தால் குஜராத்திகள் சொந்த மாநிலப் பாசம் காரணமாக நேருவைவிட வல்லபபாய் படேலையே தங்களுக்கு நெருக்கமான தேசியத் தலைவராகப் பார்த்தார்கள். அதற்கு பிறகு மொரார்ஜி தேசாய். இடையில் கொஞ்சம் ஜனதா தளம் செல்வாக்கு பெற்றிருந்த போதும் சுதந்தரம் முதல் 1995 வரை கிட்டத்தட்ட அரை நூற்றாண்டு குஜராத் காங்கிரஸின் கோட்டையாகவே இருந்தது.

பிறகு தான் பாஜக உள்ளே நுழைந்தது. கேஷுபாய் படேல் முதல்வரானார். 2001ல் கேஷுபாய் படேல் உடல் நலக்குறைவு காரணமாகவும், ஊழல், அதிகார துஷ்பிரயோகம், மோசமான நிர்வாகம் காரணமாகவும் மிகுந்த கெட்ட பெயர் சம்பாதித் திருந்தார். இடைத்தேர்தலில் பாஜக படுதோல்வியை சந்தித்தது.

பாஜக தேசியத் தலைமை விழித்துக் கொண்டு அப்போது குஜராத்தில் வளர்ந்து வந்த நம்பிக்கை முகமான நரேந்திர

மோடியை கேஷுபாய் படேலுக்குத் துணை முதல்வராக அமர்த்தத் தீர்மானித்தது. ஆனால் மோடியோ முழுப் பொறுப்பும் (அதாவது முதல்வர்) ஏற்கிறேன் அல்லது எதுவுமே வேண்டாம் என்றார். வேறு வழியின்றி 7 அக்டோபர் 2001ல் மோடி குஜராத் முதல்வர் ஆக்கப்பட்டார்.

4

அயோத்தி - மஹாயாகம் - கரசேவகர்கள்

ஆரம்பம் முதலே அயோத்தி தொடர்பான ஆர்எஸ்எஸ், விஷ்வ ஹிந்து பரிஷத், பஜ்ரங் தள், பாஜக உள்ளிட்ட சங் பரிவார் இயக்கங்களின் நடவடிக்கைகளுக்கு குஜராத் மாநிலவாழ் இந்துக்களிடையே பரவலான ஆதரவு இருந்து வந்தது.

இச்சூழலில்தான் அயோத்தியின் சர்ச்சைக்குரிய இடத்தில் (அதாவது இடிக்கப்பட்ட பாபர் மசூதி இருந்த இடம். 2002ல் அது அரசின் கட்டுப்பாட்டில் இருந்தது) ராமர் கோயில் கட்டும் பணிக்கு நாட்டின் பல்வேறு பகுதிகளிலும் வசிக்கும் இந்துக்களின் ஆதரவைத் திரட்டும் நோக்கத்துடன் தேசிய அளவில் ராமநாம ஜெப இயக்கம் ஒன்றை 26 நவம்பர் 2011 அன்று தொடங்கியது விஷ்வ ஹந்து பரிஷத். 65 நாட்கள் 'ஸ்ரீ ராம் ஜெய் ராம் ஜெய் ஜெய் ராம்' என்ற ராம நாமத்தை ஒருவர் இடை விடாது உச்சரிக்கவேண்டும். அப்படிச் செய்பவர்கள் 2012 ஜனவரியிலிருந்து மார்ச் வரை அயோத்தியில் 100 நாட்கள் விஷ்வ ஹிந்து பரிஷத் நடத்தவிருக்கும் மகாயாகத்தில் கலந்து

கொள்ளத் தகுதி பெறுவார்கள்.

இந்த மகாயாகம் வெற்றிகரமாக நடந்து முடிந்த பின் 15 மார்ச் 2002 அன்று அயோத்தியில் ராமர் கோவில் கட்டும் பணிகள் தொடங்குவது என்பது விஷ்வ ஹிந்து பரிஷத்தின் திட்டம். சர்ச்சைக்குரிய இடத்தில் கோயில் கட்ட அரசு மற்றும் நீதிமன்ற அனுமதி உண்டா என்றெல்லாம் அது கவலைப்படவில்லை.

குஜராத்திலிருந்து மட்டும் இந்த ஜெப இயக்கத்தில் சுமார் 5,000 பேர் கலந்து கொண்டார்கள். பஜ்ரங் தள் இயக்கத்தின் வழியாக இதில் சேர்ந்தவர்களுக்கு திரிசூலங்களும், காவித் தலைக்கட்டு களும், ராமசேவ தடிகளும் வழங்கப்பட்டன. ஜெப இயக்கத்தில் சேர்ந்தவர்கள் குஜராத்திலிருந்து 2001 பிப்ரவரி மாதத்தின் 22, 24, 26 ஆகிய தேதிகளில் 3 குழுக்களாக அயோத்தி நோக்கி ரயிலில் கிளம்பினர்.

இது பாபர் மசூதி / ராமர் கோயில் சம்பந்தப்பட்ட விவகாரம் என்பதால் இந்தப் பயணங்கள் மற்றும் நிகழ்வுகளின்போது இந்து - முஸ்லிம் மக்களிடையே அசம்பாவிதங்கள், வன்முறைகள் ஏதும் நிகழாதிருக்க குஜராத் மாநிலம் முழுக்க பாதுகாப்பு முன்னெச்சரிக்கை நடவடிக்கைகள் தீவிரமாக மேற்கொள்ளப் பட்டன.

குஜராத்திலிருந்து ஃபைஸாபாத் (அயோத்திக்குச் செல்ல இந்த ரயில் நிலையத்தில்தான் இறங்க வேண்டும்) கிளம்பும் சபர்மதி எக்ஸ்பிரஸுக்கு இந்த நாள்களில் பலந்த பாதுகாப்பு வழங்கப்பட்டது. குறிப்பாக கோத்ரா முஸ்லிம்கள் அதிகம் வசிக்கும் பகுதி என்பதால் ரயில் கிளம்பும் வரை ரயில் நிலையத் திலிருந்த முஸ்லிம்களின் கடைகளை எல்லாம் அடைக்க உத்தர விடப்பட்டது.

பிப்ரவரி 22 அன்று பஜ்ரங் தளின் ப்ரஹலாத் படேல், விஷ்வ ஹிந்து பரிஷத்தின் திலீப் திரிவேதி, துர்க வாஹினி என்ற இயக்கத்தின் மலபென் ராவல் ஆகியோர் தலைமையில் 3,000 பேர் கொண்ட முதல் குழு குஜராத்திலிருந்து கிளம்பியது. அயோத்தி போகும் வழியிலேயே ரயிலில் முன்பதிவு செய்து உடன் பயணித்த சில முஸ்லிம் பயணிகளுடன் இவர்கள் தகராறு செய்தார்கள், பிரச்னைகளில் ஈடுபட்டார்கள். ஆனால் அவை ஏதும் பெரிய அளவில் முற்றவில்லை. இந்தக் குழு பிப்ரவரி 24ல் அயோத்தியை அடைந்து, 25ம் தேதி மகாயாகத்

தில் கலந்து கொண்டு அன்று மாலையே குஜராத் திரும்ப சபர்மதி எக்ஸ்ப்ரஸ் ஏறியது.

சபர்மதி எக்ஸ்பிரஸ் ரயிலின் மொத்தக் கொள்ளவு சுமார் ஆயிரம் பயணிகள். ஆனால் கிட்டத்தட்ட அதைவிட இரண்டு மடங்கு பயணிகளை ஏற்றிக்கொண்டு ரயில் வந்து கொண்டிருந்தது. இவர்களில் பெரும்பாலானோர் கரசேவகர்களே. முன்பதிவு செய்யாமலும் பயணச்சீட்டே இல்லாமலும்கூட இவர்கள் ரயில் பெட்டிகளில் நிறைந்திருந்தனர்.

துரதிர்ஷ்டவசமாக, இக்குழுக்கள் புறப்படும்போது முழு பாதுகாப்பு கொடுத்த குஜராத் போலீஸ் இவை திரும்பும்போது எந்தப் பாதுகாப்பு ஏற்பாடும் ரயில் நிலையங்களில் அளிக்க வில்லை. அவர்கள் வருவதையேகூட அறிந்துவைத்திருக்க வில்லை.

அயோத்தி மகாயாகத்தில் கலந்து கொண்டு திரும்பும் காரணத் தால் ஒரு வெற்றிக் களிப்பில் இவர்கள் இருந்தனர். செயல்களில் ஒரு மிதப்பும் மெல்லிய வன்முறையும் ஏறியிருந்தது. மதம் தரும் போதையின் தள்ளாட்டம் அது.

வரும் வழியில் மேக் நகர், ரத்லாம், தோஹாத் ஆகிய ரயில் நிலையங்களில் இவர்கள் முஸ்லிம் வியாபாரிகளுடன் பிரச்னை யில் ஈடுபட்டிருக்கிறார்கள். டிக்கெட் பரிசோதகர்களை ரயில் பெட்டிகளின் உள்ளே வர அனுமதிக்கவில்லை. செயினைப் பிடித்திழுத்து ரயிலை நிறுத்துவதும் சில முறை நடந்திருக்கிறது. இவை எதுவும் அடுத்தடுத்த ஸ்டேஷன்களுக்குச் சொல்லப்பட வில்லை.

பிப்ரவரி 26 அன்று லக்னோவின் ருடௌல்டி ரயில் நிலை யத்தில் சபர்மதி எக்ஸ்ப்ரஸ் ரயில் பெட்டிகளின்மீது கல்லெறி தாக்குதல் நடந்திருக்கிறது. ஆனால் போலீஸோ ரயில்வே நிர்வாகமோ சபர்மதி எக்ஸ்பிரஸ் அடுத்து பயணிக்க இருக்கும் மிச்சப் பாதைகளில் இருக்கும் ரயில் நிலையங்களில் இருக்கும் சம்மந்தப்பட்டவர்களை எச்சரிக்கவில்லை.

இந்தப் பிரச்னைகளால்தான் சபர்மதி எக்ஸ்பிரஸ் பல மணி நேரம் தாமதமாக கோத்ராவுக்கு வந்து கொண்டிருந்தது. அதாவது கோத்ரா ரயில் நிலையத்திலும் பிரச்னையோ வன்முறையோ நிகழும் அத்தனை சாத்தியக்கூறுகளும்

ஏற்கெனவே உருவாகியிருந்தன. அதைக் கையாள ஏற்பாடுகள் செய்யப் போதுமான நேரத்தையும் ரயில் வருகையின் தாமதமே ஏற்படுத்திக் கொடுத்திருந்தது.

கோத்ரா ரயில் நிலையத்துக்கு முன்கூட்டியே தகவல் சொல்லப் பட்டிருந்தால் குறைந்தபட்ச எச்சரிக்கை நடவடிக்கையாக அதிக முஸ்லிம் வியாபாரிகள் இருக்கும் முதல் நடைமேடையில் அல்லாமல் வேறு வழியில் நுழைய வழிவகை செய்திருப்பார்கள். ஆனால் சபர்மதி எக்ஸ்பிரஸ் முதலாவது நடைமேடையில்தான் நுழைந்தது.

5

கோத்ரா ரயில் எரிப்பு

சபர்மதி எக்ஸ்பிரஸ் முதலாவது நடைமேடை யின் தண்டவாளங்களில் கிறீச்சிட்டு நிற்பதற்குள் கோத்ராவைப் பற்றி சுருக்கமாக அறிமுகம் செய்து கொண்டுவிடலாம்.

கோத்ரா குஜராத்தின் பஞ்ச்மஹால் மாவட்டத் திலுள்ள ஒரு நகரம். கோத்ரா என்றால் சமஸ் கிருதத்தில் பசுக்களின் பூமி என்று பொருள். ஒரு காலத்தில் கோத்ரா பசுக்கள் நிறைந்த பிரதேச மாக இருந்திருக்கக்கூடும். இப்போது அப்படி ஒன்றும் இருப்பதாகத் தெரியவில்லை. கோத்ரா ஒரு முஸ்லிமால் ஓர் இந்துக் குடும்பத்துக்கு கொடுக்கப்பட்ட ஊர் என்றொரு நாட்டுப்புறக் கதை உண்டு.

காந்தி படேலை முதலில் சந்தித்தது கோத்ராவில் தான். மொரார்ஜி தேசாய் இங்கே அரசு அதிகாரியாக பணியாற்றியிருக்கிறார். நரேந்திர மோடிக்கு கோத்ராவுடன் நெருங்கிய நேரடித் தொடர்புண்டு. அவர் முதல்வராகும் முன் சில காலம் கோத்ராவில் தான் தங்கியிருந்தார்.

கோத்ராவின் மொத்த மக்கள் தொகையில் 12% பேர் முஸ்லிம்கள். குறிப்பிட்ட சில இடங்களில் 40% அளவுக்கு முஸ்லிம்களின் அடர்த்தியாக இருந்தனர்.

★

27 பிப்ரவரி 2002. காலை 07:43 மணி. அதிகாலை 2:55க்கு வர வேண்டிய சபர்மதி எக்ஸ்பிரஸ் கோத்ரா ஸ்டேஷனில் நான்கரை மணி நேரம் தாமதமாக சோம்பல் முறித்துக் கொண்டு நுழைந்தது. கோத்ரா ரயில் நிலையம் அப்போது கூட்டமாகவே இருந்தது. அங்கிருந்தவர்கள் பெரும்பாலும் வடோதரா, தகோட், பிப்லோட் ஆகிய ஊர்கள் வழியாகச் செல்லும் 8:00 மணி லோக்கல் ரயிலுக்காகக் காத்திருந்தவர்கள். அயோத்தி யிலிருந்து திரும்பிக் கொண்டிருந்த கரசேவகர்களை வரவேற்க வந்த விஸ்ஹ்வ ஹிந்து பரிஷத் தொண்டர்களும் கணிசமான எண்ணிக்கையில் குழுமியிருந்தனர்.

கோத்ரா ரயில் நிலையத்தில் இருந்த பெரும்பாலான சிறு வியாபாரிகள் கஞ்ச்சி முஸ்லிம்கள். இவர்கள் மன உறுதிக்கு பெயர் போனவர்கள். சுதந்தரத்தை ஒட்டி கோத்ராவில் நிகழ்ந்த சில மதச் சண்டைகளில் முக்கியப் பங்கு வகித்தவர்கள்.

ரயில் நின்று, காவி நெற்றிப்பட்டை கட்டிய சில கரசேவகர்கள் இறங்கிய உடனேயே பதற்றம் சூழ்ந்து கொண்டு பிரச்னை தொடங்கியது. சித்திக் பக்கர் என்ற முஸ்லிம் டீ விற்பவரிடம் தேநீர் வாங்கி அருந்தி விட்டு, அவர் அதற்குக் காசு கேட்டதும் அவரது தாடியைப் பிடித்து சிலர் இழுத்தனர். தம் கையில் இருந்த கழியை வைத்து அவரது தலையிலும் காலிலும் தாக்கினர்.

இன்னொரு முஸ்லிம் டீ விற்பவரின் முகத்தில் சூடான டீயை வீசினர். ஒரு முஸ்லிம் சிகரெட் கடைக்காரரின் தட்டைத் தலைகீழாகக் கவிழ்த்துக் கீழே கொட்டினர். முஸ்லிம்களை நடைபாதையில் ஓட விட்டுத் துரத்தினர்.

இன்னும் சில முஸ்லிம்கள் 'ஜெய் ஸ்ரீராம்' என்று சொல்ல வற்புறுத்தப்பட்டனர். அவர்களுக்குப் பயந்து சிலர் அவ்வாறு சொல்லியும் இருக்கிறார்கள். மறுத்தவர்கள் தாக்கப்பட்டனர். கடைகளில் இருந்த பொருள்களைக் காசு கொடுக்காமல்

எடுத்துக் கொண்டனர் இன்னும் சிலர். ‘தாடி வைத்த முல்லாக் களைக் கொல்லுங்கள்’ என கோஷம் எழுப்பினர்.

நடைபாதையிலேயே காவலுக்கு நின்ற மூன்று போலீஸ்காரர்கள் இதைக் கண்டும் காணாதது போல் இருந்து விட்டனர். இந்தச் சம்பவங்களை அங்கே இருந்த மற்ற வியாபாரிகளும் பிரயாணி களும் உறுதிப்படுத்துகின்றனர் (இவர்களில் பெரும்பாலானோர் இந்துக்கள்). கரண் சிங் யாதவ் என்ற ரயில்வே ரிசர்வ் போலீஸ் கான்ஸ்டபிளும் இதற்கு சாட்சி.

வடோதரா செல்ல லோக்கல் ரயிலுக்காகத் தன் தாய் ஜைதீன் பீபி மற்றும் சகோதரியுடன் முதல் நடைமேடையில் ஒரு பெஞ்ச்சில் உட்கார்ந்து காத்திருந்தார் 17 வயது முஸ்லிம் பெண் ஸோஃபியா ஷேக். இடையில் வந்த சபர்மதி எக்ஸ்ப்ரஸில் இருந்து விஷ்வ ஹிந்து பரிஷத் ஆசாமிகள் இறங்கி பிரச்னை செய்வதைப் பார்த்ததும் பயந்து, ரயில் கிளம்பிப் போகும் வரை ஸ்டேஷனுக்கு வெளியே காத்திருக்கலாம் என அங்கிருந்து மூவரும் நகர முயன்றனர்.

அப்போது ஒரு ரயில் பெட்டியின் கதவருகே நின்றிருந்த கரசேவகர்களில் ஒருவன் ஸோஃபியாவை பின்புறமிருந்து கைப் பிடித்து ரயிலுக்குள் இழுக்க முயன்றான். அவளது வாயையும் பொத்த முற்பட்டான். அதிர்ந்து பயந்த சோஃபியா ‘அம்மா!’ எனக் கத்தி விட்டாள். பதற்றத்தில் அவன் அவள் கையை விடுவித்துவிட்டான். ஒருவேளை அவள் தனியாக வந்திருப்பதாய் அவன் நினைத்திருக்கக்கூடும்.

இந்நிகழ்வு அங்கிருந்த முஸ்லிம்களின் கோபத்தைத் தூண்டி விட்டது. இந்தச் சம்பவமே கோத்ரா ரயில் எரிப்புக்கான உடனடி காரணமாக வர்ணிக்கப்படுகிறது.

சபர்மதி எக்ஸ்பிரஸ் கோத்ரா ரயில் நிலையத்தில் மொத்தமே மூன்று நிமிடங்கள்தான் நின்றது. அதற்குள் இத்தனையும் நடந்து முடிந்து விட்டது.

காலை 7:47 மணி. சிக்னல் கிடைத்து கோத்ரா ரயில் நிலை யத்தை விட்டு நகரத் தொடங்கியது ரயில். சில கரசேவகர்கள் தற்காப்புக்காகவும் தாக்குதலுக்காவும் ரயில்வே ட்ராக்கிலிருந்து கற்களைச் சேகரித்துக் கொண்டனர். முஸ்லிம் வியாபாரிகள்

கொந்தளித்து ரயிலுக்குள் ஏறிவிடக் கூடாது என்பதில் அவர்கள் முனைப்பாக இருந்தனர்.

இதற்குள் நடைபாதையில் இருந்த முஸ்லிம்கள் ரயிலின்மீது கற்களை எறியத் தொடங்கினார்கள். கரசேவகர்களும் குழந்தைகள், பெண்கள், முதியவர்களை ரயிலுக்குள் ஏறச் சொல்லி விட்டு பதிலுக்கு அவர்கள்மீது கற்களை வீசத் தொடங்கினர். உள்ளிருந்தவர்களின் பாதுகாப்புக்காக ரயில் பெட்டிகளில் இருந்த ஜன்னல்கள் அடைக்கப்பட்டன. பெண்கள் மேல் பெர்த்துகளுக்கு அனுப்பப்பட்டனர்.

ரயிலில் ஏற முயன்ற சில முஸ்லிம்களை கரசேவகர்கள் திரிசூலம் கொண்டு நெற்றியில் தாக்கியதாகவும் தெரிகிறது. ஸ்டேஷனிலிருந்த அந்த மூன்று போலீஸ்காரர்களும் கல்லெறிந்த முஸ்லிம்களை விரட்டி இருக்கிறார்கள்.

நடந்த அநியாயங்கள் யாவற்றையும் வேடிக்கை பார்த்த ரயில்வே போலீஸார் நிலைமையை சமாளிக்க கரசேவகர்களை ரயிலில் ஏறச் சொன்னார்கள். அவர்களும் நகரத் தொடங்கி விட்ட ரயிலுக்குள் ஏறிக் கொண்டார்கள்.

காலை 7:50 மணி. நடைபாதையைவிட்டுக் கிளம்பிய ஓரிரு நிமிடங்களில் ஒன்றுக்கும் மேற்பட்ட கோச்சுகளில் செயின் இழுக்கப்பட்டதன் காரணமாக ரயில் மறுபடி நின்றது. ரயிலில் ஏறாத கரசேவகர்களை ஏற்றிக் கொள்ளவே செயினை இழுத்தாகச் சொல்கிறார்கள். ரயில்வே கார்ட் சத்யநாராயண் பன்சுராம் வர்மா இதை உறுதிப்படுத்துகிறார்.

83101, 5343, 91238, 88238 ஆகிய நான்கு கோச்சுகளில் செயின் இழுக்கப்பட்டிருந்தது. அந்த கோச்சுகளில் முழுக்க முழுக்க கரசேவகர்கள் அடைந்து இருந்ததால் யார் இழுத்தார்கள் எனத் தெளிவாகத் தெரியவில்லை. அதனால் சத்யநாராயண் யார்மீதும் நடவடிக்கை எடுக்கவில்லை. (பொதுவாக அபராதத் தொகை விதிப்பது வழக்கம்). அப்போது சில கரசேவகர்கள் வந்து ரயிலில் ஏறிக் கொண்டனர்.

கோச்சுகளில் இழுக்கப்பட்ட செயின்கள் சரி செய்யப்பட்டன. ஆனால் மேற்சொன்ன நான்கு போக ஐந்தாவதாக இன்னொரு கோச்சிலும் (51263) செயின் இழுக்கப்பட்டதாகவும் ஆனால் அது சரிசெய்யப்படும் முன்னதாகவே ரயில் கிளம்பியது என்றும் அசிஸ்டெண்ட் ஸ்டேஷன் மாஸ்டரின் சார்ஜ்புக் காட்டுகிறது.

காலை 7:55 மணி. ரயில் மறுபடி கிளம்பியது. மெல்ல வேகமெடுத்து தண்டவாளங்களில் ஊர்ந்தது. இதற்கிடையே ரயிலின் ஒருபுறத்தில் முஸ்லிம்களின் கல்லடி தொடர்ந்தது. கும்பலாக அவர்கள் ரயில் நிலையத்திலிருந்து ரயிலைப் பின்தொடர்ந்து ஓடி வந்தபடி இருந்தனர். அவர்களின் எண்ணிக்கை பெருகியபடியே இருந்தது.

காலை 7:58 மணி. ஃபாலியா சிக்னல் என்ற இடத்தருகே இரண்டாவது முறையாக ரயில் நின்றது. ஃபாலியா சிக்னல் கோத்ரா ரயில் நிலையத்துக்கு மேற்கே 1 கிமீ தூரத்தில் அமைந்துள்ளது. இது கஞ்ச்சி முஸ்லிம்கள் மிக அதிகமாக வசிக்கும் பகுதி. ரயில்வே நிலையத்தில் வியாபாரம் செய்யும் கணிசமான முஸ்லிம்கள் இந்தச் சேரிப் பகுதியில் தான் குடியிருக்கின்றனர்.

ஏற்கெனவே குறிப்பிட்ட ஐந்தாவது கோச் ஒன்றில் இழுக்கப் பட்ட செயின் சரி செய்யப்படாததால் நின்றிருக்கலாம் என்றும் புதிதாக ஏதோ ஒரு கோச்சில் செயின் இழுக்கப்பட்டதால் நின்றிருக்கலாம் என்றும் இரு வேறு காரணங்கள் சொல்லப் படுகின்றன. அன்வர் கலந்தர் என்ற முஸ்லிம் ரயிலில் ஏறி நிறுத்தியதாகவும் சொல்கிறார்கள். ஆனால் எதுவும் நிரூபிக்கப் படவில்லை.

ஃபாலியா சிக்னலின் அருகே ரயில்வே துறையின் ஏ கேபின் அறை இருந்தது. அந்த கேபினை சபர்மதி எக்ஸ்பிரஸின் பத்து பெட்டிகள் கடந்துவிட்டன. ரயில் நின்றபோது கேபின் அருகே இருந்தவை எஸ் 5 மற்றும் எஸ் 6 என்னும் இரு கோச்சுகள்.

பின்தொடர்ந்து வந்த முஸ்லிம்களும் அங்கு நின்று இந்த இரண்டு கோச்சுகளையும் சரமாரியாகக் கல்லெறிந்து தாக்கத் தொடங்கினர். கேபின் அறையில் கல்லடி படாமலிருக்க அங்கிருந்த ஊழியர்கள் கதவு ஜன்னல்களை அடைத்தனர்.

'நம் ஆள் ஒருவன் உள்ளே சிக்கிக் கொண்டிருக்கிறான்' என்ற கோஷத்துடன் முஸ்லிம்கள் கல்லடியைத் தொடர்ந்தார்கள். ரயிலில் இருந்த கரசேவகர்களும் கல்லால் இந்த முஸ்லிம் கும்பலைத் திரும்பத் தாக்கினர்.

கேபின் அறையின் அருகே முஸ்லிம்கள் யாரும் காத்திருக்க வில்லை, அங்கு வந்தவர்கள் எல்லோரும் ரயிலின்

பின்னாலேயே வந்தவர்கள் மட்டும்தான் என்று சொல்கிறார் அப்போது கேபினில் பணியில் இருந்த ராஜேந்திர பிரசாத் மீனா.

முஸ்லிம்கள் 10 அல்லது 15 பேர் கொண்ட சிறு குழுக்களாக வந்தார்கள் என்பதும் சிக்னல் ஃபாலியாவுக்கும் கேபினுக்கும் இடைப்பட்ட சிறு சாலையிலிருந்து வந்தார்கள் என்பதும் தெரிகிறது. அவர்களின் மொத்த எண்ணிக்கை 200லிருந்து 500க்குள் இருக்கலாம் என்கிறார் ராஜேந்திர பிரசாத் மீனா.

அவர் இந்து என்ற போதும் முஸ்லிம்கள் அவரைத் தாக்க வில்லை, மாறாக அவர்களைக் கடந்து நடக்க அவரை அனுமதித் தனர். ரயிலில் எந்த முஸ்லிமும் ஏறவில்லை, வெளியே இருந்தும் யாரும் எதையும் ரயிலுக்குள் எறியவில்லை என்கிறார் அவர். கோத்ரா ரயில் எரிப்பு வழக்கில் இது முக்கியமான சாட்சியம்.

சபர்மதி எக்ஸ்பிரஸின் எஞ்சின் புறமிருந்தும் சில முஸ்லிம்கள் ரயிலை நோக்கி வந்து கல் எறிந்தார்கள் என்று அசிஸ்டெண்ட் ஸ்டேஷன் மாஸ்டர் சொல்கிறார்.தொடர்ந்து 20 நிமிடங்களுக்கு மேல் ரயிலின் மீதான இந்தக் கல்லடி நீடித்தது.

காலை 8:00 மணி. ரயிலின் எஸ் 6 கம்பார்ட்மெண்டிலிருந்து புகை வர ஆரம்பித்தது. ஐந்தே நிமிடங்களில் நெருப்பு வேகமாக எஸ் 6 கோச்சை முழுக்க சூழ்ந்து கொண்டது.

காலை 8:05 மணி. ரயில்வே ஸ்டேஷன் சூப்பிரண்டண்ட் ஜெய் சிங் கட்டிஜா ஃபாலியா சிக்னலில் ரயில் நின்றது தெரிய வந்ததும் ரயில்வே போலீஸுக்குத் தகவல் கொடுத்தார்.

காலை 8:15 மணி. தகவல் கிடைத்த ரயில்வே போலீஸ் சப் இன்ஸ்பெக்டர் எம் ஜே ஜாலா சம்பவ இடத்தை அடைந்தார். அப்போதே ரயில் எரியத் தொடங்கி இருந்தது. சுற்றியிருந்த கும்பலைக் கலைக்க அங்கு வந்த போலீஸார் துப்பாக்கிச் சூட்டை ஆரம்பித்தனர். இருவர் இறந்தனர். துப்பாக்கிச் சூட்டினால் கும்பல் கலைந்தோடத் தொடங்கியது.

அப்போது பெரும்பாலான கரசேவகர்கள் ரயிலுக்குள் சிக்கிக் கொண்டவர்கள் உயிரைக் காப்பாற்றுவதை விட கலைந்து ஓடும் முஸ்லிம்களைப் பிடிக்கச் சொல்லி போலீஸை வற்புறுத்தி இருக்கிறார்கள். ஆனால் கரசேவகர் ஒருவர் தன் உயிரையும்

பொருட்படுத்தாமல் சகப் பயணிகள் சிலரை மீட்டதாகத் தெரிகிறது.

காலை 8:20 மணி. தீயணைப்புப் படைக்குத் தகவல் சொல்லப் பட்டது. அதற்கு மட்டும் ஏன் இவ்வளவு தாமதமாகத் தகவல் சொன்னார்கள் என்பதற்கு சரியான விளக்கம் இல்லை.

காலை 8:25 மணி, தீயணைப்புப் படை வந்து சேர்ந்தது. அவர்கள் வரும் வழியில் ஹாஜி பிலால் என்ற முஸ்லிம் கவுன்சிலரின் தலைமையிலான ஒரு கும்பலால் மறிக்கப் பட்டிருக்கிறார்கள். இதனால் வந்து சேரத் தாமதமாகி விட்டது. கொஞ்சம் முன்பே வந்திருந்தால் மேலும் சிலரை காப்பாற்றி யிருக்கலாம் என்கிறார்கள் தீயணைப்புப் படையினர்.

இறுதியாக வந்து சேர்ந்தபோது, உள்ளே செல்ல முடியாத அளவுக்கு எஸ் 6 கோச்சை நெருப்பு சூழ்ந்திருந்தது. ஆனாலும் ஓர் அனுபவம் மிக்க தீயணைப்பு ஊழியர் உள்ளே நுழைந்து அங்கே இருந்தவர்களின் போர்வையை தனக்கு அரணாக சுற்றிக் கொண்டு உள்ளிருந்த சிலரது உயிரைக் காப்பாற்றினார்.

காலை 8:26 மணி. போலீஸ் சூப்பரண்டண்ட் சம்பவ இடத்தை அடைந்தார். இதற்குள் அங்கே சூழ்ந்திருந்த முஸ்லிம் கும்பல் முழுவதுமாகக் கலைந்து நழுவி விட்டது.

காலை 8:30 மணி. எல்லாம் அடங்கி நிசப்தமானது. போலீஸ் உடல்களை மீட்கத் தொடங்கியது.

சம்பவ இடத்திலேயே 22 பெண்கள், 6 குழந்தைகள் உள்பட மொத்தம் 58 பேர் - அத்தனை பேரும் இந்துக்கள் - உயிரிழந் தனர். அந்த எஸ் 6 கோச்சிலேயே இருந்து பலத்த தீக்காயங் களுடன் மீட்கப்பட்ட பஜ்ரங் தள் தலைவர்களுள் ஒருவரான ப்ரஹலாத் படேல் அகமதாபாத்தில் இரண்டு நாள் மருத்துவ மனையில் உயிருக்குப் போராடிப் பின் இறந்து போனார். ஆக மொத்தம் இந்த கோத்ரா ரயில் எரிப்புச் சம்பவத்தில் பலியானவர் களின் எண்ணிக்கை 59.

எஸ் 5 கோச்சிலும் தீ பற்றினாலும் எந்த உயிர்ச்சேதமும் ஏற்பட வில்லை.

காலை 9:00 மணி. முதலமைச்சர் அலுவலத்துக்கு ரயில் எரிப்பு பற்றித் தகவல் சொல்லப்பட்டது. மாநில சுகாதார அமைச்சர் அஷோக் பட் சம்பவ இடத்தைப் பார்வையிட்டார்.

முற்பகல் 11:00 மணி. ரயில் நிலையம் அருகே இருந்த சொத்துகளை ஒரு கும்பல் எரித்து அழிக்கத் தொடங்கியதை ஒட்டி கோத்ரா நகரில் ஊரடங்கு உத்தரவு போடப்பட்டது.

பிற்பகல் 12:40 மணி. சபர்மதி எக்ஸ்பிரஸ் சேதமுற்ற எஸ் 5 மற்றும் எஸ் 6 கோச்சுகளை மட்டும் சம்பவ இடத்திலேயே கழற்றி விட்டு கோத்ராவை விட்டுக் கிளம்பியது. ரயிலிலிருந்த கரசேவகர்கள் தொடர்ந்து வந்த ஸ்டேஷன்களிலும் வன்முறையில் ஈடுபட்டார்கள். வடோதராவில் மூன்று முஸ்லிம்களைத் மூர்க்கமாகத் தாக்கிக் காயப்படுத்தினர்.

மாலை 4:00 மணி,முதல்வர் நரேந்திர மோடி, உள்துறை அமைச்சர் கோர்தன்பாய் ஸடாஃபியா, விஷ்வ ஹிந்து பரிஷத் துணைப் பொதுச் செயலாளர் ஜெய்தீப் படேல், பாஜக எம்எம்ஏக்கள் பிரபாத் சிங் சௌஹான், பூபேந்திரபாய் லக்கன்வாலா ஆகியோர் சம்பவ இடத்தைப் பார்வையிட்டனர். எரிந்த கோச்சில் நுழைந்து பார்த்தனர்.

★

ஊரடங்கு உத்தரவுக்குப் பின் கோத்ரா அமைதி அடைந்தது. புயலுக்குப் பிந்தைய அமைதி என்று தான் அனைவரும் அதைக் கருதியிருப்பார்கள். ஆனால் அது புயலுக்கு முந்தைய அமைதி என்பதை பின் வந்த நாள்கள் உணர்த்தின.

6

யாரிட்ட தீ ரயிலிலே?

மே 2002ல் அந்த ரயில் பெட்டிகள் முறையாக ஆய்வு செய்யப்படும் வரை யாரும் அதன் அருகிலும் உள்ளேயும் செல்லலாம் என்ற அளவில்தான் பாதுகாப்பு இருந்தது. எத்தனையோ முக்கியமான தடயங்கள் அழிக்கப் பட்டிருக்கலாம்.

தடயவியல் அமைப்பினர் சம்பவ இடத்தையும், ரயில் பெட்டியையும் ஆய்வு செய்ததில் வெளியே இருந்து எந்த எரியூட்டும் திரவமும் வீசப்பட்டிருக்க வாய்ப்பே இல்லை என்றது. (பார்க்க: பின்னிணைப்பு 1). வெளியிலிருந்து எரிபொருள் கொட்டப்பட்டிருந்தால் 10 - 15 சதவிதம் மட்டுமே உள்ளே விழுந்திருக்கும். மீதி வெளியே ரயிலின் பக்கவாட்டில் கொட்டி வீணாகியிருக்கும். ஆனால் ரயிலின் வெளிப் புறம் அவ்வளவு எரியவில்லை.

தவிர, இந்த அளவுக்கு ரயிலின் உட்பகுதிகள் எரிந்து கருக மொத்தம் 60 லிட்டர் எரி பொருளாவது தேவைப்பட்டிருக்கும். அவ்வளவு எரிபொருளை பயணிகளை அடைத்துக் கொண் டிருந்த கோச்சினுள் நுழைந்து ஒருவர் கொட்டி விட்டு நகரும் வரை உள்ளிருந்தவர்கள் யாரும் அதைத் தடுக்காமலா இருந்திருப்பார்கள்?

அதனால் ரயிலுக்கு உள்ளே இருந்து தான் யாராலோ அந்த எரியூட்டும் திரவம் வீசப்பட்டிருக்க வேண்டும் என்கிறது இவர்களுடைய அறிக்கை. அல்லது ஏற்கெனவே ரயிலில் பயணிகள் வைத்திருந்த எரிபொருள் (உதாரணம்: ஸ்டவ்) ஏதேனும் கொட்டி இருக்கலாம்.

ரயில் எரிப்பு நடந்த போது எஸ் 6 கோச்சின் மூன்று கதவுகள் திறந்திருந்தன, ஒன்று மட்டும் மூடி இருந்தது. அந்தக் கோச்சின் ஜன்னல்கள் அனைத்தும் மூடி இருந்தன. கரசேவகர்கள் சாராத வெளியாட்கள் யாரும் எரியூட்டும் திரவம் வெளியிலிருந்து வீசப்பட்டது என சாட்சி சொல்லவில்லை. ஆனால் இந்த ரயில் எரிப்பில் உயிர் பிழைத்த கரசேவகர்களில் ஒரு சிலர் ஜன்னல்கள் உடைக்கப்பட்டதாகவும் அதன் வழியாக எரியூட்டும் திரவம் வீசப்பட்டதாகவும் பின் பந்தாகச் சுருட்டப்பட்ட பருத்தித் துணிகள் தீ வைக்கப்பட்டு உள்ளே வீசப்பட்டதாகவும் சொல்கிறார்கள்.

அந்த நெருப்பிலிருந்து எழுந்த புகை வினோத வாடையுடன் மூச்சுத்திணறலை ஏற்படுத்துவதாக இருந்ததாகவும் குறிப்பிடுகிறார்கள். ஆனால் சம்பவ இடத்துக்கு வந்த போலீஸ் எரிந்து கொண்டிருந்த கோச்சிலிருந்து பெரிய ஓலங்கள், கதறல்கள் ஏதும் கேட்கவில்லை என்று சொல்லியிருக்கிறார்கள். மேற்சொன்ன வினோதப் புகை ஏற்படுத்திய மூச்சுத் திணறலும் மயக்கமும் அதற்குக் காரணமாக இருக்கலாம்.

ரயில்வே பாதுகாப்பு படையைச் சேர்ந்த கான்ஸ்டபிள் ஒருவர் வேறு கதை சொல்கிறார். எஸ் 6 கோச்சின் எல்லா ஜன்னல்களும் அடைபட்டிருந்ததால் அதன் வழியாக எரிதிரவத்தை வீசியிருக்க முடியாது. ஆனால் கழிவறையின் ஜன்னல்கள் திறந்திருந்தன. அதன் வழியாக எரிபொருளை வீசி தீ வைத்ததால் அதன் அருகே பெட்டிகளை இணைக்கும் ரப்பர் பகுதியில் விரைவில் தீப்பற்றிக் கொண்டது என்கிறார். ஆனால் இதுவும் முறையாக நிரூபிக்கப்படவில்லை.

ரயில்வே பாதுகாப்பு படையினர் தாங்கள் எஸ் 6 கோச்சின் கதவுகளைத் திறக்கச் சொல்லிக் கத்தினோம் என்றும் அது பலனளிக்காததால் உடைத்தோம் என்றும் சொல்கிறார்கள். ஆனால் தடய அறிவியல் ஆய்வகக்காரர்கள் கூற்றுப்படி எஸ் 6 கோச்சின் நான்கில் மூன்று கதவுகள் சம்பவத்தின் போது திறந்திருந்தன.

போலீஸ் ஆரம்பத்தில் எழுதிய கேஸில் தீவிரவாதிகள் பற்றிய எந்தக் குறிப்பும் இல்லை. கோத்ராவின் மௌலானா உமர்ஜி ஹுஸைன் என்ற முஸ்லிம் தலைவரின் தூண்டுதலின் பேரில் இது நடந்தது என அவர்கள் சொன்னார்கள். குற்றம் சாட்டப் பட்ட மௌலானா 70 வயது முதியவர். எல்லா சமூக மக்களிடையேயும் நல்ல பெயர் சம்பாதித்து வைத்திருப்பவர். 2001ல் பூஜ் நிலநடுக்கங்களின் போது தீவிரமாக மீட்பு நடவடிக்கைகளில் ஈடுபட்டவர்.

பக்கத்திலிருந்த முஸ்லிம்களுக்குச் சொந்தமான பெட்ரோல் பங்க்கில் இருந்து எரிபொருள் பெறப்பட்டது என்றும் திட்ட மிட்டு ஃபாலியா சிக்னல் அருகே முஸ்லிம் ரவுடிகளால் ரயில் நிறுத்தப்பட்டது என்றும் சொன்னார்கள்.

போலீஸ் தரப்பில் கோத்ரா ரயில் எரிப்பு முஸ்லிம்களால் திட்டமிட்டு நடத்தப்பட்டது என்று சொல்லப்பட்டாலும் அதற்கான காரணம் என்னவென சரியாக நிரூபிக்கப்படவில்லை. ரயில் எரிப்பு முன்கூட்டியே திட்டமிடப்பட்டதுதான் எனில் 20 நிமிடங்கள் முஸ்லிம்கள் ரயிலின்மீது வெறுமனே கல்லெறிந்து கொண்டா தங்கள் பொன்னான நேரத்தை வீணாக்கிக் கொண்டிருந்திருப்பார்கள்?

ரயிலின் செயின் கரசேவகர்களால் இழுக்கப்பட்டு அது கிளம்பத் தாமதமாகும் என்பது அவர்களுக்கு எப்படி முன்கூட்டியே தெரிந்திருக்க முடியும்? இது தெரிந்திருந்தால் தானே அவர்கள் சரியாக ஃபாலியா சிக்னல் அருகே முன்பே காத்திருந்து சபர்மதி எக்ஸ்பிரஸ் கோச்களுக்குத் தீ வைத்திருக்க முடியும்?

கரசேவகர்கள் திரும்ப வருவதே மாநில உளவுத்துறைக்குத் தெரியவில்லை, அதனால்தான் எந்த முன்னெச்சரிக்கை நடவடிக் கையும் மேற்கொள்ளவில்லை என்கிறது மாநில அரசு. மாநிலத் துக்குள் நடக்கும் சம்பவங்கள் பற்றியும், மாநிலத்திலிருந்து வெளியே போகும் பயணிகளைப் பற்றியும் தான் மாநில உளவுத் துறை அறிந்து வைத்திருக்க முடியும், உத்தரப் பிரதேச உளவுத் துறை அங்கிருந்து கரசேவகர்கள் பெரிய எண்ணிக்கையில் கிளம்புகிறார்கள் என்ற தகவலை குஜராத் உளவுத் துறைக்கு அளித்தபோது மிகுந்த தாமதமாகி விட்டது என்பது குஜராத் அரசின் வாதம். எப்படிப் பார்த்தாலும் இதை குஜராத் அரசின்

உளவுத்துறையின் தோல்வியாகவே எடுத்துக் கொள்ள வேண்டி யிருக்கிறது.

போலீஸ் கூற்றுப்படி ரயில் எரிப்பு முன்கூட்டியே திட்டமிடப் பட்ட சதி என்றால் கோத்ராவில் இருந்த சாதரண குடிமக்களான அந்த முஸ்லிம் சதிகாரர்களுக்கே கரசேவகர்கள் திரும்புவது தெரிந்திருந்தது என்று ஆகிறது. ஆனால் மாநில உளவுத்துறைக்கு அது தெரியவில்லை என்பது நகைப்புக்குரியது.

லாலு பிரசாத் யாதவ் அப்போது மத்திய ரயில்வே மந்திரியாக இருந்தார். அவர் கோத்ரா ரயில் எரிப்புச் சம்பவத்தை விசாரிக்க ஓய்வு பெற்ற உச்சநீதிமன்ற நீதிபதியான உமேஷ் சந்திர பேனர்ஜியை வைத்து ஒரு விசாரணைக் கமிட்டி அமைத்தார். ஆனால் இந்தக் குழுவால் ரயில் பெட்டிகளை ஆராயமுடிய வில்லை. மாநில அரசு அதற்கு அனுமதிக்கவில்லை. தம்மால் விசாரிக்க முடிந்த சாட்சிகள் மற்றும் கிடைத்த ஆதரங்களின் அடிப்படையில் ஆராய்ந்த இந்தக் குழு, ரயில் பெட்டியின் உள்ளேயிருந்துதான் நெருப்பு பற்றி இருக்கவேண்டும், அதுவும் பெரும்பாலும் விபத்தாகவே இது இருக்க வேண்டும் என்று அறிவித்தது.

ஆனால் குஜராத் உயர் நீதிமன்றம் இந்தக் கமிட்டியின் விசாரணை முடிவுகளைச் செல்லாதென அறிவித்தது. அதாவது இந்திய அரசியல் சாசனப்படி ரயில்வே துறை என்ற மத்திய அமைச்சகத் துக்கு மாநில சட்ட ஒழுங்கு சம்மந்தப்பட்ட ஒரு நிகழ்வை விசாரித்து முடிவு அறிவிக்க எந்த அதிகாரமும் இல்லை என்றது.

அடுத்து ஹசார்ட்ஸ் சென்டர் என்ற டெல்லியில் இயங்கும் அரசு சாரா நிறுவனம் இதனை ஆராய்ந்தது, நெருப்பு ரயில் பெட்டியின் உள்ளிருந்து தான் ஆரம்பித்திருக்கவேண்டும், ஸ்டவ் போன்ற ஏதாவது ஒன்றிலிருந்து தீ பரவியிருக்கவேண்டும் என்று தன் முடிவை அறிவித்தது.

முன்னாள் உச்சநீதிமன்றத் தலைமை நீதிபதியான வி. ஆர். கிருஷ்ணய்யர் தலைமையினான கன்சர்ன்ட் சிட்டிசன்ஸ் ட்ரிப்யூனல் என்ற அரசு சாரா நிறுவனம் அமைத்த விசாரணைக் கமிட்டியும் இதனை விபத்து என்றே சொன்னது.

ஓய்வுபெற்ற உயர் நீதிமன்ற நீதிபதிகளான கே.ஜி.ஷா மற்றும் ஜி.டி.நானாவதி ஆகியோர் தலைமையில் கோத்ரா ரயில்

எரிப்பையும் பின்தொடர்ந்த குஜராத் கலவரங்களையும் ஆராய ஒரு விசாரணைக் கமிஷன் குஜராத் மாநில அரசால் அமைக்கப் பட்டது. ஷா - நானாவதி கமிஷன் என்றழைக்கப்பட்ட இது, ரயில் எரிப்பு கோத்ரா உள்ளூர் ஆசாமிகளால் முன்கூட்டியே திட்டமிடப்பட்ட சதி என்றது.

பிற்பாடு 2007ல் தெஹல்கா பத்திரிகையின் ரகசியப் புலனாய்வில் 2002ல் குஜராத் அரசின் ஆலோசகர்களுள் ஒருவராக இருந்த அரவிந்த் பாண்டியா என்பவர் 'ஷா பாஜக ஆதரவாளர், நானாவதிக்கு லஞ்சம் தந்துவிட முடியும், தீர்ப்பு முஸ்லிம்களுக்கு எதிராகத்தான் வரும்' என்று வாக்குமூலம் அளித்தார்.

ஷா - நானாவதி கமிஷனில் கோத்ரா ரயில் எரிப்பு சம்பவம் தொடர்பான முக்கியச் சாட்சிகளான ரஞ்சித் சிங் படேல், ப்ரபாத் சிங் படேல் இருவருக்கும் தலா ரூ. 50,000 போலீஸாரால் லஞ்சமாக வழங்கப்பட்டதும் தெஹல்கா விசாரணையில் தெரிய வந்தது. கோத்ரா சம்பவத்துக்கு முந்தைய நாள் சில முஸ்லிம் களுக்கு 140 லிட்டர் பெட்ரோல் விற்றதாக அவர்கள் பொய் சாட்சி சொல்ல வேண்டும்.

சம்பவத்தை நேரில் கண்டதாக போலீஸிடம் சாட்சி சொன்ன சில பாஜக கட்சியினர் உண்மையில் சம்பவம் நடந்தபோது ரயில் நிலையத்தில் அல்லாமல் தம் வீட்டில் இருந்ததை தெஹல்கா விசாரணையில் ஒப்புக்கொண்டார்கள். இவர்கள் எல்லாம் இந்துத்துவத்துக்கு செய்யும் சேவை என்று மூளைச்சலவை செய்யப்பட்டு பொய் சொல்ல வைக்கப்பட்டிருக்கிறார்கள் என்று இந்த விசாரணையில் தெரிய வந்தது.

இதன் மூலம் ஷா - நானாவதி கமிஷனின் விசாரணையில் எடுத்துக்கொள்ளப்பட்ட கணிசமான சாட்சிகள் போலியானவை என்றாகிறது. குஜராத் போலீஸ் (அதாவது மாநில அரசு) வேண்டுமென்றே கோத்ரா ரயில் எரிப்பு சம்பவம் முஸ்லிம் களால் முன்கூட்டியே திட்டமிட்டு நிகழ்த்தப்பட்ட சதி என்று ஜோடிக்க முயற்சி செய்தது மிகத் தெளிவாய்ப் புலனாகிறது. கலவரங்களை நியாயப்படுத்த அது உதவும் அல்லவா?

★

மே 2002ல் கோத்ரா ரயில் எரிப்பு சம்பந்தமாக 66 பேர்மீது ரயில்வே காவல்துறை குற்றப்பத்திரிகை பதியப்பட்டது. இந்த வழக்கில் மொத்தம் 131 பேரை பொடா சட்டத்தின்கீழ் கைது செய்தது குஜராத் அரசு.

பொடா என்பது தீவிரவாதத் தடுப்புச் சட்டம். தீவிரவாதச் சம்பவம் என்று எந்த ஆதாரமும் இல்லாத நிலைமையில் இந்த நடவடிக்கை மிகுந்த சர்ச்சைகளை ஏற்படுத்தியது. அதனால் ரயில் எரிப்பு வழக்கில் கைது செய்யப்பட்டவர்கள் பொதுச் சட்டத்தின்படியே விசாரிக்கப்படுவர் எனப் பிற்பாடு மோடி அறிவித்தார்.

2005ல் மத்திய அரசு அமைத்த பொடா ஆய்வு கமிட்டி கோத்ரா ரயில் எரிப்பு சம்பவத்துக்கு பொடாவைப் பயன்படுத்தியது தவறானது எனக் கண்டித்தது. மொத்தம் 94 பேர்மீது வழக்குப் பதிவு செய்யப்பட்டு 9 ஆண்டுகள் விசாரணை நடந்தது. பிப்ரவரி 2011ல் சிறப்பு ஃபாஸ்ட் ட்ராக் கோர்ட் 31 முஸ்லிம்களை ரயில் எரிப்புக்காக தண்டித்தது (கோத்ரா ரயில் எரிப்புச் சம்பவத்தின் போது தீயணைப்புத் துறையினரின் வருகையைத் தாமதம் செய்த முனிசிபல் கவுன்சிலர் ஹாஜி பிலாலும் இதில் ஒருவர்). மீதம் 63 பேரை குற்றமற்றவர்கள் என விடுவித்தது (தவறாகக் கைது செய்யப்பட்ட மௌலானா உமர்ஜி ஹுஸைனும் இதில் ஒருவர்).

தீ திட்டமிடப்பட்டது இல்லை எனினும் ரயிலின்மீது கல்வீச்சுத் தாக்குதல் நடந்தது உண்மையே என்ற அடிப்படையில் இந்தத் தீர்ப்பைப் பார்க்கலாம்.

7

கலவரங்கள்–ஏன்? எதற்கு?

ரயில் எரிப்பு நடந்த கொஞ்ச நேரத்திலேயே தலைவர்கள் அந்த இடத்தை வந்து பார்வை யிடத் தொடங்கிவிட்டார்கள். குஜராத் மாநில சுகாதார அமைச்சர் அஷோக் பட் வந்து பார்த்து விட்டு இது ஐஎஸ்ஐயின் சதி என்று சொல்லி ஜிஹாதிகளைக் கண்டித்தார். கோத்ரா பாகிஸ்தானிகளின் புகலிடமாகத் திகழ்கிறது என்று குறிப்பிட்டார். விஷ்வ ஹிந்து பரிஷத்தின் மாநிலத் தலைவர் ஜெய்தீப் படேல் வந்து பார்வையிட்டபோது அவர் இறந்தவர்களின் உடல்களை விதவிதமாகப் புகைப்படமெடுத்து ஊடங்களுக்கு அனுப்புவதிலேயே குறியாக இருந்தார்.

எந்த ஆதாரமும் இல்லாமல் மோடியும் அவரது அரசும் கோத்ரா ரயில் எரிப்பு சம்பவம் முஸ்லிம் தீவிரவாதிகளால் நடத்தப்பட்டது என்று அறிவித்தனர்.

போலீஸின் முதல் தகவல் அறிக்கைக் கூடப் பதிவு செய்யப்படாத நிலையில், ரயிலின் நெருப்புகூட முழுவதுமாக அணைக்கப்படாத நிலையில் மோடி இந்தக் கருத்தைச் சொன்னார்.

மத்திய உள்துறை மந்திரி அத்வானியின் கருத்தும் இதுவே. 2001ல் நாடாளுமன்றத்தைத் தாக்கியவர்கள்தாம் ரயிலை எரித்தவர்கள் என்றார் அவர். இதைச் செய்தவர்கள் ஒரு மாதம் முன்பு கொல்கத்தாவில் அமெரிக்கத் தூதரகம் அருகிருந்த மையத்தைத் தாக்கியவர்கள் என்றார் மாநில உள்துறை அமைச்சர் கோர்தன்.

முன்னாள் விஷ்வ ஹிந்து பரிஷத் தலைவர் ராணா ராஜேந்திர சிங் மற்றும் குஜராத் முதல்வர் நரேந்திர மோடி ஆகியோரின் உணர்ச்சியைத் தூண்டும் விதமான உரைகள், கலவரத்தைத் தூண்டிவிட்டன. உள்ளூர் முஸ்லிம்களின் ஆதரவுடன்தான் இது நடந்திருக்கிறது என்று செய்தித்தாள்கள் எழுதின. அரசியல்வாதிகளும் முஸ்லிம்களுக்கு எதிரான பெரும்பான்மை இந்துக்களின் கோபத்தைத் தூண்டும்படி நடந்துகொண்டனர்.

சம்பவம் நடந்த சிறிது நேரத்திலேயே தொலைக்காட்சிகள் அலறத் தொடங்கிவிட்டன. என்ன, ஏது என்று உண்மைகள் சரியாகப் புலப்படாத நிலையில் பொதுமக்கள் மத்தியில் (குறிப்பாக இந்துக்கள்) வெறுப்பை விதைக்க இது முதற்பெரும் காரணமாக அமைந்தது.

சந்தேஷ் என்ற பத்திரிகை ஒருபடி மேலே சென்று சபர்மதி எக்ஸ்பிரஸில் வந்த இரு இந்துப் பெண்களை பல முஸ்லிம்கள் சேர்ந்து பாலியல் வல்லுறவு கொண்டு, முலைகளை அறுத்தெறிந்து ஆற்றில் வீசி விட்டனர் என்று செய்தி வெளியிட்டது. ஆனால் அப்படி எதுவுமே நடைபெறவில்லை என்பது விசாரணையில் தெரியவந்தது. பொறுப்பில்லாமல் இப்படி பொய் பேசிய அந்தப் பத்திரிகைமீது எந்த நடவடிக்கையும் எடுக்கப்படவில்லை. சில நாள்கள் கழித்து அந்தப் பத்திரிக்கையே ஓர் ஓரமாக அச்செய்தி உண்மையல்ல என்று மறுப்பு வெளியிட்டது. ஆனால் அதற்குள் எல்லாம் நடந்து முடிந்திருந்தது.

ஓர் உள்ளூர் செய்தித்தாள் ஹஜ் புனிதப் பயணத்திலிருந்து திரும்பும் முஸ்லிம் பயணிகளின்மூலம் மாநிலம் முழுக்க அழிவுச் செயல்கள் செய்ய தீவிரவாதிகள் திட்டமிட்டிருப்பதாக எழுதியது. இன்னொரு செய்தித்தாள் பாபு நகர், அகமதாபாத் ஆகிய இடங்களில் இருந்த சில முஸ்லிம் குடியிருப்புகளில் பாகிஸ்தான் கொடி பறக்க விடப்பட்டதாகக் குறிப்பிட்டது. இதற்கு எந்த ஆதாரமும் இல்லை.

மாநிலம் முழுக்க இந்துத்துவக் கட்சிகளால் முஸ்லிம்களின்மீது துவேஷங்கள் துப்பும் துண்டுப் பிரசுரங்கள் விநியோகம் செய்யப்பட்டன. யார் சார்பான செய்தி அது, எந்த அச்சகத்தில் அச்சிடப்பட்டது என்ற எந்தத் தகவலும் அதில் இல்லை. முஸ்லிம்களை சமூகரீதியாகவும் பொருளாதாரரீதியாகவும் ஒதுக்கவேண்டும் என அவை வலியுறுத்தின. இன்னும் சில துண்டுப் பிரசுரங்கள் முஸ்லிம்களின்மீது வன்முறையைப் பிரயோகிக்க அழைத்தன (பார்க்க: பின்னிணைப்பு 3).

இதற்கு மேலும் வலு சேர்த்தது தலைவர்களின் முஸ்லிம் துவேஷப் பேச்சுகள். ஆனால் குஜராத் அரசு எதையும் தடுக்க வில்லை. பிற்பாடு விசாரித்து தண்டிக்கவும் இல்லை. மொத்தத் தில் மாநில அரசும், சில இந்துத்துவா தலைவர்களும், சில பொறுப்பற்ற ஊடகங்களும் கைகோர்த்துக் கொண்டு ஒரு கலவரத்துக்கு மக்களை தூண்டிவிட்டன.

குஜராத் முதல்வர் நரேந்திர மோடி கோத்ராவில் ரயில் எரிக்கப் பட்ட இடத்தையும் இறந்தவர் உடல்களையும் நேரில் வந்து பார்த்தார். இறந்தவர்களின் உடல்களை உடனடியாக கோத்ரா விலிருந்து அகமதாபாத்துக்கு ஊர்வலமாக எடுத்துச் செல்ல அவர் உத்தரவு பிறப்பித்தார். கோத்ரா மாவட்ட ஆட்சித் தலைவருக்கு இது சரியாகப் படவில்லை. ஆனால் அவருடைய எதிர்ப்பு எடுபடவில்லை.

இறந்தவர்களில் கணிசமானோர் உடல்கள் இன்னும் அடை யாளம் சரியாக அடையாளம் காணப்படாத சூழ்நிலையில் அவசர அவசரமாக பிரேதப் பரிசோதனை முடிக்கப்பட்டு அகமதாபாத் நோக்கி ஊர்வலம் தொடங்கியது.

வழியில் பஞ்ச்மஹால், ஆனந்த், கேதா போன்ற மாவட்டங்கள் இருந்தன. அங்கு மக்கள் கூடி உடல்களுக்கு மரியாதை செலுத்தி னர். அவர்கள் முஸ்லிம்கள்மீது கடுங்கோபத்தில் இருந்தனர். பின் வந்த நாட்களில் குஜராத்தில் கலவரம் மூண்டபோது இந்தப் பகுதிகள் அதிகம் பாதிப்புக்குள்ளானது தற்செயலல்ல. (மார்ச் 1 அன்று பஞ்ச்மஹால் மாவட்டத்தின் பண்டர்வால் கிராமத்தில் ரயில் எரிப்பில் இறந்தவர்கள் சவ ஊர்வலத்தில் 30 பேர் உயிருடன் கொளுத்தப்பட்டனர்).

இறந்த உடல்களை ஊர்வலமாகக் கொண்டுசெல்வது ஒரு பிரிவு மக்களை இன்னொரு பிரிவினருக்கு எதிராகத் திருப்பிவிடும்

என்பதை நன்கு உணர்ந்தபிறகும் இப்படியொரு ஊர்வலத்துக்கு அரசு அனுமதி அளித்தது ஏற்கத்தக்கதே அல்ல. இருந்தும் நரேந்திர மோடி அனுமதி அளித்தார்.

பிப்ரவரி 28ம் தேதி அதிகாலை 3 மணிக்கு கோத்ராவிலிருந்து அகமதாபாத் சோலா மருத்துவமனைக்கு உடல்கள் வந்து சேர்ந்தன. அங்கே 500 பேர் கொண்ட கும்பல் குழுமியிருந்தது. எல்லோரும் விஷ்வ ஹிந்து பரிஷத் கட்சியினர். அவர்கள் டெல்லியை மும்பையுடன் இணைக்கும் நெடுஞ்சாலையில் நின்று கொண்டனர். வரும் வாகனங்கள் அனைத்தையும் மறித்து சோதனையிட்டனர். முஸ்லிம்களின் வாகனங்கள் வந்தால் அவர்களின் பணத்தைக் கொள்ளையிட்டுவிட்டு, வாகனங் களைக் கொளுத்தி விட்டு, பயணிகளைக் கொன்றனர். அன்று மாலை வரை இது தொடர்ந்தது. கிட்டத்தட்ட 15 பேர் இதில் கொல்லப்பட்டனர்.

★

விஷ்வ ஹிந்து பரிஷத் பிப்ரவரி 28 அன்று மாநிலம் தழுவிய பந்த் ஒன்றுக்கு அழைப்பு விடுத்தது. மார்ச் 1 அன்று நாடு தழுவிய பந்த் ஒன்றையும் அறிவித்தது. பந்த் அமைதியாக நடக்கும் என்று எந்த உத்தரவாதத்தையும் விஷ்வ ஹிந்து பரிஷத் வழங்கப்பட வில்லை. ஆனாலும் மாநில அரசு இதை அனுமதித்தது.

கலவரங்கள் இங்கிருந்துதான் தொடங்கின. உணர்ச்சி கொந்தளிப்பான இந்தச் சமயங்களில் அறிவிக்கப்படும் பந்த் கலவரத்தில்தான் முடியும் என்பது 65 ஆண்டு காலமாக இந்தியா கற்றுணர்ந்த பாடம். இருந்தும் இதனைத் தடுக்க எந்த முயற்சி யையும் மோடி அரசு மேற்கொள்ளவில்லை. குறைந்தபட்சம் கலவரத்தை எதிர்கொள்ள முன்னச்சரிக்கை நடவடிக்கைகூட எடுக்கப்படவில்லை.

பிப்ரவரி 27ம் தேதி மாலை விஷ்வ ஹிந்து பரிஷத் கட்சியினர் அடுத்த நாள் பந்த் குறித்து ஆலோசனை செய்வதில் மும்முரமாக இருந்தனர். அவர்கள் இந்துக்களின் உணர்ச்சியைத் தூண்ட எந்த வகையிலும் கத்திக் கூட்டம் போட்டு மெனக்கெட வேண்டிய தாக இல்லை. எல்லாவற்றையும் தொழில்நுட்பம் பார்த்துக் கொண்டது. தொலைக்காட்சிகள் காட்டிய பொய்யான செய்திகள் போக, செல்பேசிக் குறுந்தகவல்களின் வழியும் வதந்திகள்

பெருமளவில் பரவின. இது போக, நேரடிப் பேச்சுகளிலும் பொய்யான செவி வழிச் செய்திகள் விஸ்வரூபம் எடுத்தன.

அதே பிப்ரவரி 27ம் தேதி மாலை முதல்வர் நரேந்திர மோடி உயர் போலீஸ் அதிகாரிகள் மற்றும் நிர்வாகிகளுக்கான கூட்டம் ஒன்றைக் கூட்டினார். அதில் என்ன பேசப்பட்டது என்பதை அதில் கலந்து கொண்ட பெரும்பாலானோர் பகிர்ந்துகொள்ள மறுக்கின்றனர். இதுவரை வந்துள்ள தகவல்களின் அடிப்படையில் பார்த்தால், 'இந்துக்கள் தம் கோபத்தை வெளிப்படுத்த அனுமதிக்கப்பட வேண்டும், கோத்ராவுக்காக முஸ்லிம்களுக்கு பாடம் கற்பிக்க வேண்டும், அடுத்த 72 மணி நேரங்களுக்கு போலீஸ் எந்த நடவடிக்கையும் எடுக்காமல் வேடிக்கை பார்க்க வேண்டும்' என வாய்மொழி உத்தரவு நரேந்திர மோடியால் பிறப்பிக்கப்பட்டதாகத் தெரிகிறது.

அந்தக் கூட்டத்தில் கலந்து கொண்ட உளவுத்துறையைச் சேர்ந்த இளம் ஐபிஸ் அதிகாரி சஞ்சீவ் பட் இதனைச் சொல்லி இருக்கிறார் (இதைத் தொடர்ந்து குஜராத் அரசால் பலவித இன்னல்களுக்கு அவர் ஆளானார்). வேறு சிலரோ கூட்டத்தில் என்ன விவாதிக்கப்பட்டது என்பது நினைவில் இல்லை என்று சொல்லிவிட்டனர்.

குஜராத் மாநிலத்தின் நெடிய இந்து - முஸ்லிம் கலவரங்களின் வரலாறு நன்கு தெரிந்திருந்தும் அரசு இயந்திரம் கோத்ரா சம்பவத்துக்குப் பின் மாநிலத்தில் வசித்த முஸ்லிம் சிறுபான்மையினருக்கு பாதுகாப்பு அளிக்கத் தன்னைத் தயார்படுத்திக் கொள்ளவில்லை என்பதே இக்குற்றச்சாட்டைத் தெளிவுபடுத்துகிறது.

இந்து - முஸ்லிம் கலவரம் என்பது குஜராத் மாநிலத்துக்குப் புதிதல்ல. 1969, 1974, 1985, 1993 எனத் தொடர் கலவரங்களில் குஜராத் கற்ற பாடங்கள் பல. அந்தப் பாடங்கள் எதையும் கணக்கில் கொள்ளாமல் ஏதோ புத்தம் புதிதாகக் கலவரத்தைக் காண்பதைப் போன்ற பாவனையுடன் மெத்தனமாக நடந்து கொண்டது குஜராத் அரசு. ஆட்சியில் இருந்த பாஜக முழு அடைப்புக்கு ஆதரவை அறிவித்திருந்தது குறிப்பிடத்தக்கது. (ஆனால் பிற்பாடு ஷா - நானாவதி கமிஷனிடம் பாஜக இதை மறுத்துவிட்டது).

ரயில் எரிப்பு நடந்த உடனேயே சில கரசேவகர்கள் கோத்ரா ரயில்வே நிலையத்துக்குப் பக்கத்தில் இருந்த முஸ்லிம் பகுதி களைச் சேதப்படுத்தினர், வடோதராவில் இருவர் கொல்லப் பட்டனர். அகமதாபாத் ரயில் நிலையத்தில் சபர்மதி எக்ஸ்ப்ரஸில் வந்த கரசேவகர்களை வரவேற்கக் காத்திருந்த விஷ்வ ஹிந்து பரிஷத் கட்சியினர் விஷயம் அறிந்து வன்முறை முழக்கங்களை ஏற்படுத்தியபடி அடுத்த கட்ட நடவடிக்கை களுக்குத் தயாராயினர்.

அதாவது பெரும் கலவரம் நடக்கும் என்பதற்கான ஏராளமான அறிகுறிகள் 27 பிப்ரவரி அன்றே தெரிந்துவிட்டது. அரசு நினைத் திருந்தால் எல்லாவற்றையும் தடுத்திருக்கலாம். கட்சித் தலைவர்கள் முயன்றிருந்தால் கலவரக்காரர்களை அமைதிப் படுத்தி இருக்கலாம். ஆனால் யாரும் எதையும் செய்யாமல் வேடிக்கை பார்க்கவே விரும்பினர்.

முஸ்லிம்கள் தரப்பில் கோத்ராவைச் சேர்ந்த மௌலானா உமர்ஜி ஹுஸைன் என்ற தலைவர் ரயில் எரிப்பு மதக்கலவரமாக மாறி விடக்கூடாது என அறிக்கை அளித்தார். கோத்ரா மாவட்டக் கலெக்டரின் முயற்சிகளுக்குப் பின்பும் இது சரியான அளவில் பொதுமக்களிடையே கொண்டு சேர்க்கப்படவில்லை. அதை விட மோசம் என்னவெனில் இவரது மத நல்லிணக்க முயற்சி களுக்கு மாறாக, கோத்ரா ரயில் எரிப்பு சம்பவத்துக்கே இவரது சதிச்செயல்தான் காரணம் எனப் பொய்க் குற்றச்சாட்டில் போலீஸ் இவரைக் கைது செய்தது. 9 ஆண்டு சிறைக்குப் பின் 2011ல் நீதிமன்றம் இவர் குற்றமற்றவர் என்று கூறி விடுவித்தது.

மாநில உளவுத்துறையும்கூட கலவரத்துக்கான வாய்ப்பு அதிகம் என்றே முன்கூட்டியே கணித்திருந்தது. அதன் தலைவர் பிற்பாடு ஒரு பேட்டியில் இதனைத் தெரிவித்தார். (இந்தியன் எக்ஸ்பிரஸ், மார்ச் 6). எல்லாவற்றையும் தாண்டி அரசு எந்தக் கவலையுமின்றி மிகச் சுதந்தரமாகக் கலவரங்கள் நடைபெற அனுமதித்துள்ளது.

அரசு தரப்பு முன்வைக்கும் வாதம் இது. கோத்ராவுக்குப் பிறகு உடனடியாக மாநில உள்துறை அமைச்சகம், மாநில போலீஸ் தலைமையகம், மாநில உளவுத்துறை ஆகிய எல்லா இடங் களிலிருந்தும் எஸ்பி உள்ளிட்ட மாவட்ட அதிகாரிகளுக்கு எச்சரிக்கை செய்தி அனுப்பப்பட்டுவிட்டது. நிலைமையைக் கட்டுக்குள் வைக்கச் சொல்லியும் தயாராக இருக்கும்படியும் தகவல்கள் அளிக்கப்பட்டுவிட்டன.

குஜராத் மாநில உள்துறை அமைச்சர் கோர்தன் ஸடாஃபியா, பதற்றம் இருந்தது உண்மை ஆனால் நிலைமை கட்டுக்குள்தான் இருக்கிறது என்றார். நிலைமையைக் கையாள போதுமான அளவு போலீஸ் குவிக்கப்பட்டிருப்பதாகத் தெரிவித்தார். சில இடங்களில் தடை உத்தரவும் பிறப்பிக்கப்பட்டது. எல்லா வற்றுக்கும் மேலாக இந்துக்கள் பழிதீர்க்கும் நடவடிக்கைகளில் ஈடுபடமாட்டர்கள் என்றும் அவர் நம்பிக்கை தெரிவித்தார்.

துப்பாக்கியில் சுடும் அனுமதியும் போலீஸாருக்கு வழங்கப் பட்டது. தேவைப்பட்டால் ராணுவத்தின் உதவியை நாடுவோம் என்றார் முதல்வர் நரேந்திர மோடி. ஆனால் கலவரம் ஆரம்பித்த பிறகும் பக்கத்து மாநிலங்களிலிருந்து கூடுதல் போலீஸோ மத்தியிலிருந்து ராணுவ உதவியோ பெறப்படவில்லை. முழுமையாக 3 நாள்கள் எல்லாம் நடக்க அனுமதித்த பிறகே மத்திய அரசின் உதவி நாடப்பட்டது.

பிப்ரவரி 27 இரவு தூர்தர்ஷனில் டிஜிபி மக்களை அமைதி காக்கச் சொல்லி ஓர் அறிக்கையும் வெளியிட்டார். ஆனால் போலீஸாரும் அரசும் இன்னமும் கொஞ்சம் துடிப்பாக நிலைமையைக் கவனித்திருந்தால், இன்னும் கீழ்மட்டத்தில் உத்தரவுகள் சென்றடைவதை, செயல்படுத்தப்படுவதை உறுதி செய்திருந்தால் கலவரம் மிகப் பெரியதாக ஆகாமல் தடுத்திருக்கலாம். செய்யவில்லை.

பிரச்னைக்குரிய பகுதிகளில் போலீஸ் கண்காணிப்பை அதிகரிப்பது, கலவரம் உருவாக்கக்கூடியவர்கள் என சந்தேகப் படுபவர்களை முன்னெச்சரிக்கையுடன் கைது செய்வது, கலவரங் களைக் கையாளும் ரேப்பிட் ஆக்ஷன் ஃபோர்ஸ் போன்ற சிறப்புப் படைகளைக் கோருவது உள்ளிட்ட எந்த அடிப்படை நடவடிக்கைகளும் மேற்கொள்ளப்படவில்லை.

குஜராத் 2002 கலவரம் என்பது நிராயுதபாணியான சிறுபான்மை யினர்மீது பெரும்பான்மையினர் நடத்திய திட்டமிட்ட கொடூரத் தாக்குதல். உயிர் தப்பியோடும் நிலையில் மட்டுமே முஸ்லிம்கள் இருந்தனர்.

8

கலவரங்கள் - எப்படி நடந்தன?

குஜராத் கலவரங்கள் கோத்ரா சம்பவத்தால் உடனடியாகத் தூண்டப்பட்டு நிகழ்த்தப் பட்டவை அல்ல. அனைத்து வன்முறைகளும் முன்கூட்டியே திட்டமிடப்பட்டவை. நீண்ட நாள்களாக சதித் திட்டம் தீட்டி, சந்தர்பத்துக் காகக் காத்திருந்து, வாகாக ஒரு சம்பவம் கிடைத் ததும் முழுவேகத்தில் இறங்கி பழி தீர்த்திருக் கிறார்கள்.

கோத்ரா ரயில் எரிப்பு முன்கூட்டியே திட்டமிடப் பட்ட சதி என்று இவர்கள் வைக்கும் குற்றச்சாட்டு உண்மையில் அதற்குப் பின் நடந்த கலவரங் களுக்கே பொருந்தும். வினை விபத்துதான், ஆனால் எதிர்வினையோ வினைக்குப் பலநாள் முன்பே திட்டமிடப்பட்டது என்பது விநோத மானது அல்லவா?

கலவரங்களில் ஈடுபட்டவர்களின் கைகளில் துல்லியமான தகவல்கள் இருந்தன. அவர்கள் தப்பித்தவறியும்கூட இந்து மக்களை, அவர் களின் உடைமைகளைச் சேதப்படுத்தவில்லை. மூன்று முக்கிய விஷயங்கள் அவர்களுக்குத்

துணையாக அமைந்தன: 1) வாக்காளர் பட்டியல் 2) கேபிள் டிவி ஆபரேட்டர்கள் வைத்திருந்த வாடிக்கையாளர் விவரங்கள் 3) அனுபவம்மிக்க உள்ளூர் ஆசாமிகளின் தகவல்கள்.

இவற்றை வைத்து முஸ்லிம்கள் எங்கே வசிக்கிறார்கள், அவர்களுடைய வியாபாரப் பகுதிகள் எங்குள்ளன போன்ற தகவல்களைத் துல்லியமாக அறிந்துகொண்டார்கள். அவற்றைக் கண்டுபிடித்து அழிக்கத் தொடங்கினார்கள். பொருளாதார ரீதியாகவும் சமூக ரீதியாகவும் முஸ்லிம்கள் மறுபடி குஜராத்தில் தலையெடுக்கவே கூடாது, இனி இந்துகளை அண்டியே பிழைக்கவேண்டும் எனத் தீர்மானம் செய்தது போலவே கலவரங்கள் நடத்தப்பட்டன. முஸ்லிம்களில் பொருளாதாரரீதியாக நல்ல நிலையில் இருந்தவர்கள் அதிகம் குறி வைக்கப்பட்டனர். இவை எல்லாவற்றிலுமே ஒரு திட்டமிடல் தெரிகிறது.

முஸ்லிம்களில் செலியா என்ற பிரிவினர் மாநிலமெங்கும் உணவகங்கள் நடத்தி வந்தனர். நடுத்தர வர்க்கத்தினருக்கான சுமாரான சுவை தரும், மலிவு விலை சைவ உணவகங்கள் இவை. இந்து - முஸ்லிம் பாகுபாடின்றி தினசரி இவற்றைப் பலர் பயன் படுத்தி வந்தனர். உண்மையில், இவற்றை நடத்தி வருபவர்கள் முஸ்லிம்கள் என்பதே பலருக்குத் தெரியாது. துளசி, டேஸ்டி போன்ற பெயர்களே இவற்றுக்கு வைக்கப்பட்டிருந்தன. கலவரத்தின்போது இத்தகைய உணவகங்கள் பல கண்டுபிடிக்கப் பட்டு அழிக்கப்பட்டன. கிட்டத்தட்ட ஆயிரம் உணவங்கள் இவ்வாறு தாக்குதலுக்கு உள்ளாயின. நெடுநாள்களாகத் தீவிர மாக ஆராய்ந்து பட்டியல்கள் தயாரித்து சில மணி நேரங்களில் அழிவுகளை ஏற்படுத்தியிருக்கிறார்கள். கோத்ரா ரயில் எரிப்புச் சம்பவத்தால் நிகழ்ந்த எதிர்வினை என்றால் இவ்வளவு தெளிவான தாக்குதல்கள் எப்படிச் சாத்தியமாகியிருக்கும்?

சில இடங்களில், இந்துக்களின் வீடுகளில் முஸ்லிம்கள் குடியிருந்தார்கள். அந்த இடங்களில் எல்லாம் முஸ்லிம்களின் உடைமைகள் வெளியே தூக்கியெறியப்பட்டு கொளுத்தப் பட்டன. அதாவது கலவரத்தின்போது இந்துக்களின் சொத்துகள் எந்த வகையிலும் பாதிக்கப்படக்கூடாது என்பதில் முக்கியக் கவனம் செலுத்தப்பட்டது.

எங்கெல்லாம் தாக்கினால் முஸ்லிம்கள் திருப்பித் தாக்க மாட்டார்களோ அங்கெல்லாம் இத்தகைய தாக்குதல்கள்

அரங்கேறின. உதாரணமாக, முஸ்லிம்கள் அதிகம் பலம் பெற்றிருந்த தாரியாப்பூர் (அகமதாபாத்) போன்ற இடங்கள் கவனமாகத் தவிர்க்கப்பட்டன. குறி வைக்கப்பட்டவை, கேட்க ஆள் இல்லாத, தனியான முஸ்லிம் வசிப்பிடங்கள் மட்டுமே. அல்லது பலவீனமான இஸ்லாமியக் காலனிகள் மட்டுமே.

கலவரக்காரர்களில் பலர் கையோடு நீர் கொண்டு சென்றிருந் தனர். இடையில் தாகமெடுத்தால் அருந்த வேண்டும் அல்லவா? சிலர் குளிர் பானங்களும்கூடக் கொண்டுசென்றனர். இப்படி, சுற்றுலா செல்வது போலத்தான் கலவர இடங்களுக்கு அவர்கள் சென்றிருக்கிறார்கள்.

பொருள்களையும் உயிர்களையும் சேதப்படுத்த சமையல் எரிவாயு சிலிண்டர்கள் பயன்படுத்தப்பட்டன. இந்தியாவில் கலவரங்களில் எல்பிஜி பயன்படுத்தப்பட்டது இதுவே முதல் முறை. உயிர் பிழைத்த பல முஸ்லிம்கள், வெள்ளை நிற ரசாயனப் பொடியைக் கலவரக்காரர்கள் பயன்படுத்தியதாகக் குறிப்பிடுகிறார்கள். இவையனைத்தும் உணர்த்தும் விஷயம் ஒன்றுதான். இந்தக் கலவரங்கள் அனைத்துமே முன்கூட்டியே தீர்மானிக்கப்பட்டவை.

வடோதரா, பஞ்ச்மஹால் போன்ற இடங்களில் இருந்த சிறு கிராமங்களில்கூட இத்தகைய நவீன அழிப்பு முறைகள் பயன் படுத்தன என்பதைக் கவனிக்க வேண்டும்.

கலவரக்காரர்கள் மூன்று வகையினராக இருந்திருக்கிறார்கள். 1) தலைமை தாங்கியவர்கள். இவர்கள் கலவரங்களை வழிநடத்தி னார்கள், ஊக்குவித்தார்கள். 2) நேரடியாக வன்முறைகளில் இறங்கியவர்கள். கொலைகள், வன்புணர்ச்சிகள், தாக்குதல்கள் மேற்கொள்வது இவர்களுடைய பணி. 3) சொத்துகளைக் கொள்ளையடித்தவர்கள், அழித்தவர்கள். முஸ்லிம்களின் இருப்பிடங்களை அடையாளம் காட்டியவர்கள் இவர்களே.

இந்தப் பிரிவினை மிக ஒழுக்கமாகப் பின்பற்றப்பட்டது. ஒருவர் வேலையை இன்னொருவர் செய்யவில்லை. கொள்ளை யடித்தவன் கொலை செய்யவில்லை; தலைமை தாங்கியவன் வன்புணர்ச்சி செய்யவில்லை. நகரங்கள், கிராமங்கள் எல்லா இடங்களிலும் இது பின்பற்றப்பட்டது. ஒற்றைத் தலைமையின் வழிகாட்டுதலும் திட்டமிடுதலும் இல்லாமல் இதெல்லாம் நடந்திருக்க வாய்ப்பே இல்லை.

கலவரக்காரர்கள் இரவுகளில் சந்தித்துப் பேசி இருக்கிறார்கள். துரதிர்ஷ்டவசமாக இது போலீஸ், அரசு என எவரையும் எட்டவில்லை. போலீஸ் தான் கலவரத்தை அடக்க முயன்றோம் என அலிபி உருவாக்குவதிலேயே குறியாக இருந்திருக்கிறது.

வடோதரா, நரோடா, அகமதாபாத், கோத்ரா, ஓடே, காந்தி நகர், பரூச், சூரத், ராஜ்கோட், ஹால்யாட், மனோஸா, ஹிமத் நகர் ஆகியவை குஜராத்தில் 2002ல் கலவரம் நடந்த குறிப்பிடத்தக்க பிரதேசங்கள். சர்தார்புரா, விஜபூர் (மேஹ்ஸனா), டெலோல், கலோல், ஹலோல் (பஞ்ச்மஹால்), சஞ்சேலி, ராதிக்பூர் (தாகோத்), ஓடே (ஆனந்த்), சபர்கந்தா மாவட்டம் ஆகிய இடங்களிலும் கலவரங்கள் நடந்தன.

காந்தி நகரின் உள்ளே குடியிருப்புகளிலும் வாக்காளர் பட்டியலை வைத்துக்கொண்டு முஸ்லிம்களை வேட்டையாடும் பணி துல்லியமாக நடந்தேறியது. தலைநகரம் என்ற எந்தச் சலுகையும் காந்தி நகருக்குக் கிடைக்கவில்லை.

அகமதாபாத்தும் கலவரத்துக்குத் தப்பவில்லை. வாத்வா போலீஸ் ஸ்டேஷனின்கீழ் வரும் பர்ஹானி நகர், பிஸ்மில்லா நகர், நவபுரா, எல்லிஸ் பிரிட்ஜ் போலீஸ் ஸ்டேஷனுக்குக் கீழ் வரும் பால்டி போன்ற இடங்கள் கலவரத்துக்கு உள்ளாயின.

அகமதாபாத்தில் தாரியாப்பூர், ஷாப்பூர் போன்ற பகுதிகள் வன்முறை நடக்கும் அளவுக்கு சுதந்தரமாகவே விடப்பட்டிருந் தன. கலவரம் நடந்த நரோடா, சமன்புரா போன்ற இடங்கள் பொதுவாக கலவரங்கள் நடக்க வாய்ப்பற்றவை எனக் கருதியதாக அரசாங்கம் தெரிவிக்கிறது. ஆனால் 2001ல் அமர்நாத் யாத்திரிகர்கள் காஷ்மிரில் கொல்லப்பட்டபோது குஜராத்தில் வெடித்த கலவரத்தில் நரோடாவில் ஐந்து கோடி மதிப்புள்ள முஸ்லிம் சொத்துகள் சேதப்படுத்தப்பட்டன. இதைத்தான் பிரச்னை நடக்க வாய்ப்பற்ற இடம் எனக் கருதியதாக அரசாங்கம் சொல்கிறது.

எல்லாவற்றையும்விட ஆச்சரியமாக இந்தக் கலவரங்களில் சாதாரணர்களும் ஏழைகளும் படிப்பறிவற்றவர்களுமான விளிம்பு நிலை மனிதர்கள் மட்டும் பங்கேற்கவில்லை. படித்த உயர்குடியினர் கூட கலவரங்களில் பங்கேற்றனர்.

உதாரணமாக அகமதாபாத்தின் அம்பாவாடி, லா கார்டன், வஸ்த்ராபூர் ஆகிய இடங்களில் பெரிய மால்களில் அமைந்திருந்த

பேண்டலூன்ஸ், பேட்டா போன்ற பெரிய கடைகளில் (முஸ்லிம்களால் நடத்தப்படுபவை) மேல்தட்டு ஆசாமிகள் உடைத்துப் புகுந்து கொள்ளையடித்தனர். தங்கள் நண்பர் களுக்கும் செல்பேசி மூலம் தகவல் கொடுத்து வரச் செய்து திருடச் செய்தனர். இவர்களில் எவரும் கைது செய்யப்படவும் இல்லை, களவாடிய பொருள்கள் மீட்கப்படவும் இல்லை.

வேகமான தகவல் பரிமாற்றத்துக்கும், கலவரத்தை சீராக ஒருங்கிணைக்கவும் செல்பேசிகள் பயன்பட்டன, (2002ல் இந்தியாவில் செல்பேசிகள் அவ்வளவாக பொதுமக்களிடையே புழக்கத்துக்கு வரவில்லை. அவசியப்பட்ட மிகச் சிலர் மட்டுமே பயன்படுத்தி வந்தனர் என்பதைக் கவனிக்க வேண்டும்).

இந்திய வரலாற்றிலேயே முதன் முறையாக இந்துப் பெண்கள் முஸ்லிம் கடைகளைக் கொள்ளையடிப்பதில் இறங்கினர். நிஜமாகவே பொதுமக்கள் கலந்து கொண்ட கலவரம் என இதை தாராளமாகச் சொல்லலாம். எல்லாத் தரப்பு இந்துக்களும் ஏற்றத்தாழ்வு பாராமல் இதில் பங்கேற்றனர்.

காவல் நிலையங்கள் அருகிலும், காவல் கட்டுப்பாட்டு அறையிலிருந்து நேராகப் பார்க்கக்கூடிய இடங்களிலும் போலீஸ்காரர்களின் கண் முன்னும், சில இடங்களில் போலீஸின் உதவியுடனும்கூட இந்த அட்டூழியங்கள் நிகழ்ந்தன.

பிப்ரவரி 28 அன்று அகமதாபாத்தில் உள்ள மொரார்ஜி சௌக், சரோடியா சௌக் ஆகிய இடங்களில் சுமார் 40 பேர் போலீஸ் துப்பாக்கிச் சூட்டில் கொல்லப்பட்டனர். இவர்கள் அனைவரும் முஸ்லிம்கள். இத்தனைக்கும் அந்த இடங்களில் இந்துகளே முஸ்லிம்களின்மீது வன்முறையை ஏவிக் கொண்டிருந்தனர்.

கலவரத்தைக் கட்டுப்படுத்த இயலாமைக்கு மூன்று காரணங்கள் சொல்கிறார் குஜராத் டிஜிபி. 1) போதுமான போலிஸ்காரர்கள் இல்லை. 2) தேவையான ஆயுதங்கள் இல்லை. 3) முன் கூட்டியே தகவல் சொல்லப்படவில்லை. இந்தப் போதாமை களை மீறியும் கலவரத்தைக் கட்டுப்படுத்தியிருக்கமுடியும் என்பதே நிஜம்.

அதே சமயம் சில இந்துக்கள், தலித்துகள், பழங்குடிகள் முஸ்லிம்களைக் காப்பாற்ற முயன்ற சம்பவங்களும் நடந்தன.

200 போலீஸ்காரர்கள் கலவரத்தை அடக்கும் பணியில் ஈடுபட்ட போது உயிரிழந்தனர்.

கலரவங்களில் உள்ளூர் காங்கிரஸ்காரர்கள் சிலர் கூட்டுச் சேர்ந்து செயல்பட்டனர் என ஜமியட் உலாமா-இ-ஹிண்ட் என்ற இஸ்லாமிய அமைப்பு குற்றம் சாட்டியது.

பாஜக அகில இந்திய தலைவர் ஜனா கிருஷ்ணமூர்த்தி, 'எல்லாச் சண்டையிலும் தூண்டுபவர், தூண்டப்படுபவர் என இருதரப்பு உண்டு' என்று நியாயப்படுத்தினார். பாஜக மூத்த தலைவர் மற்றும் செய்தித் தொடர்பாளரான ஜே.பி. மாத்தூர் 'இவை கலவரங்கள் அல்ல; கோத்ரா எரிப்புக்கு தேசியவாத சக்திகளின் பதிலடி' என்றார்.

குஜராத் அரசின் செய்தித் தொடர்பாளர் பாரத் பாண்டியா பிபிஸிக்கு அளித்த பேட்டியில் 'காஷ்மிர் உள்ளிட்ட இந்தியாவின் வெவ்வேறு பிரதேசங்களில் முஸ்லிம்கள் நடத்தும் அட்டூழியங்கள் கண்டு இந்துக்கள் விரக்தி அடைந்த மனநிலையில் இருந்தனர். அந்தக் கோபமே கலவரமாக வெடித்தது' என்றார்.

எல்லாம் சொல்வது ஒன்றுதான்: குஜராத்தில் கலவரங்களை நடத்தியது அரசே!

9

கலவரங்கள் - நெருப்புக்கு நெருப்பு

காவித் தலைப்பட்டையும் காக்கி அரை ட்ரௌஸர்களும் அணிந்த ஆண்கள் கும்பலாக கையில் வாள்கள், வெடிகுண்டுகள், கேஸ் சிலிண்டர்களுடன் முஸ்லிம்களின் வீடுகளையும் கடைகளையும் தாக்கி அழிக்கத் தொடங்கினர். மொத்தம் 151 டவுன்களும் 993 கிராமங்களும் கலவரங்களில் பாதிக்கப்பட்டன.

முஸ்லிம்களின் புனித ஸ்தலங்கள், நினைவிடங்கள் அழிக்கப்பட்டன. சுமார் ஒன்றரை லட்சம் முஸ்லிம்கள் இந்தக் கலவரங்களினால் இடம் பெயர்ந்தனர். பெருத்த பொருள்சேதம் இருந்தது. 541 இஸ்லாமிய வழிபாட்டுத் தலங்கள் இடிக்கப்பட்டன. முஸ்லிம்களின் சுமார் 1 லட்சம் வீடுகள், 1,100 உணவகங்கள், 15,000 கடைகள், 3,000 கை வண்டிகள், 5,000 வாகனங்கள் அழிக்கப்பட்டன.

மொத்தம் 27,780 பேர் கைது செய்யப்பட்டனர். இதில் குற்றம் இழைத்ததற்காக கைதானவர்கள் மட்டும் 11,167 பேர் (3,269 முஸ்லிம்கள், 7,896 இந்துக்கள்). மீதி 16,615 பேர் முன் ஜாக்கிரதையாகக் கைது செய்யப்பட்டவர்கள் (2,811

முஸ்லிம்கள், 13,804 இந்துக்கள்). இதிலும் கூட முஸ்லிம் எண்ணிக்கை கணிசமாக உள்ளது.

★

கலவரங்களின் கொடூரத்துக்கு உதாரணமாக இரு சம்பவங் களைப் பார்க்கலாம். இரண்டுமே மனிதர்கள் உயிருடன் கொளுத்தப்பட்ட நிகழ்வுகள். அதாவது கோத்ராவில் இந்துக்கள் கொளுத்தப்பட்டதற்கு பழிவாங்க முஸ்லிம்களைக் கொளுத்திய நிகழ்வுகள். ரத்தத்துக்கு ரத்தம் போல் நெருப்புக்கு நெருப்பு!

சபர்கந்தா மாவட்டத்தில் உள்ள கிடியாட் கிராமம் மால்பூர் காவல் நிலையத்துக்கு உட்பட்ட பகுதியில் நடந்த கலவரத்தில் எழுபதுக்கும் மேற்பட்டோர் இறந்தனர்.

பந்த் நடந்த பிப்ரவரி 28 அன்று சுமார் 40 முஸ்லிம் குடும்பங்கள் நிலைமையின் பதற்றத்தை உணர்ந்து பாதுகாப்பு கோரி காவல் நிலையத்தில் கோரிக்கை மனு வைத்தனர். அவர்களின் பாது காப்புக்கு ஒரேயொரு போலீஸ்காரர் அனுப்பப்பட்டார். அவரிடமும் துப்பாக்கி இல்லை. ஒரே ஒரு லத்தி மட்டும் வைத்திருந்தார்.

உயிர் பிழைக்க வேண்டுமெனில் கிராமத்தைவிட்டு ஓடிவிடும் படி போலீஸால் அவர்கள் அறிவுறுத்தப்பட்டனர். போலீஸும் கை விரித்துவிட்ட நிலையில் அவர்களுக்கு ஊரைவிட்டு ஓடுவதைத் தவிர வேறு வழி இருக்கவில்லை.

மார்ச் 2 அன்று பகலில் இரு வேன்களில் நூற்றுக்கும் மேற்பட்ட முஸ்லிம்களை அடைத்துக் கொண்டு, ஊரைக் காலி செய்து உயிர் பிழைக்க வேண்டிக் கிளம்பினர். ஆயும்பா என்ற ட்ரைவர் வேனை ஓட்ட, 84 பேர் கொண்ட முதல் குழு கிளம்பியது. மால்பூரை அடைவது அவர்கள் நோக்கம். அதுதான் அந்தக் கிராமத் தின் தாலுக்கா. ஆயும்பாவின் திறமையான வாகன ஓட்டுதலில் பல இடங்களில் தடுக்கப்பட முயன்றும் சமாளித்துக் கடந்தார்கள். ஆனால் லிம்பாடியா என்ற இடத்தில் மால்பூருக்கான பாதை அடைக்கப்பட்டிருப்பதை அறிந்ததும் மால்பூர் செல்லும் திட்டத்தை மாற்றி லூனாவாடா செல்லத் தீர்மானித்தனர்.

ஆனால் அதற்குள் ஒரு துரதிர்ஷ்டம் நிகழ்ந்தது. கலவரக்காரர்கள் வேனின் டயர்களை சுட்டுப் பஞ்சர் ஆக்கினர். வேன் ஓட முடியாமல் நின்று போனது. வேன் சுற்றி வளைக்கப்பட்டது.

கலவரக்காரர்களிடம் துப்பாக்கி, வாள், தாரியா என்ற குருவாள், லத்தி இன்னும் பல ஆயுதங்கள் இருந்தன. அவர்கள் முஸ்லிம் களைத் தாக்கத் தொடங்கினார்கள். வேனை எரித்தனர். வேனில் இருந்தவர்களில் 67 பேர் இறந்தனர். ஆனால் அதில் 8 பேரின் சடலங்கள் தாம் கிடைத்தன. மற்றவர்களை எரித்து எதுவும் மிஞ்சாமல் சாம்பல் ஆக்கினர். பிழைத்த 17 பேரில் ஆயும்பாவும் அவர் மனைவி அர்ஸூபென்னும் அடக்கம்.

கிடியாட் கிராமத்திலிருந்து இரண்டாவது குழு 34 பேர்களுடன் ஒரு டெம்போவில் கிளம்பியது. அதை ஓட்டியவர் அப்போது கிராமத்தின் பஞ்சாயத்து தலைவராக இருந்த சலீம்மியா என்பவர். அவர்களும் மால்பூருக்குத்தான் கிளம்பினார்கள்.

கிட்டத்தட்ட முதல் வேன் சென்ற அதே பாதை. அவர்களுக்கும் மால்பூர் வழி அடைபட்டிருக்க திட்டத்தை மாற்றி லூனாவாடா செல்லத் தீர்மானித்தனர். ஆனால் அவர்களும் சம்பாடியா என்ற இடத்தில் கலவரக்காரர்களிடம் பிடிபட்டனர். (இது லிம்பாடியாவுக்கு 12 கிமீ தூரத்தில் இருக்கும் இடம்). இந்தக் கூட்டத்தையும் கலவரக்காரர்கள் தாக்கித் தீயிட்டு எரித்தனர். மொத்தம் 10 பேர் கொல்லப்பட்டனர்.

இந்த இரண்டு சம்பவங்களிலும் ஈடுபட்ட கலவரக்காரர்கள் வெவ்வேறு ஆட்கள். இரண்டும் ஏறக்குறைய ஒரே நேரத்தில் நடந்திருக்கின்றன. ஆனால் இரண்டுக்கும் பொதுவாய் கான்பூர் போலீஸ் ஸ்டேஷனில் ஒரே எஃப்ஐஆர் பதியப்பட்டது. ஆயும்பாவின் மனைவி அர்ஸூபென்னின் பெயரில் இந்தப் புகார் இருந்தது. ஆனால் அப்போது அர்ஸூபென் மருத்துவ மனையில் ரத்தப்போக்கிற்கு தீவிர சிகிச்சையில் இருந்தார். பஞ்சாயத்துத் தலைவர் சலீம்மியா இரண்டாவது நிகழ்விற்கு தனி முதல் தகவலறிக்கை பதியக் கோரியது ஏற்கப்படவில்லை.

பிற்பாடு குற்றவாளிகளை அடையாளம் காண ஆயும்பா அழைக்கப்பட்டபோது காட்டப்பட்டவர்கள் யாரும் அவர் பாதிக்கப்பட்ட கலவரங்களில் ஈடுபட்டவர்கள் இல்லை. இது போல் பல குழப்பங்கள் நிகழ்ந்தன. இறுதியில் குற்றம் செய்த யாரும் கைது செய்யப்படவும் இல்லை. தண்டனை பெறவும் இல்லை.

முதல் இரண்டு நாட்கள் குஜராத்தில் நகரங்களில் மட்டுமே கலவரங்கள் நடந்தன. பின்வந்த நாட்களில் மெல்ல உள்ளிருக்கும் கிராமங்களிலும் வன்முறை பரவியது.

சர்தார்புரா என்பது மேஹ்சனா மாவட்டத்தில் ஒரு கிராமம். மார்ச் 1 இரவில் இங்கும் கலவரம் தொடங்கியது. நள்ளிரவில் ஒரு கும்பல் முஸ்லிம்களைத் துரத்தி ஓர் அறைக்குள் வைத்துப் பூட்டினர். பிறகு அந்த அறையை தீ வைத்துக் கொளுத்தினர். இதில் 33 முஸ்லிம்கள் உயிருடன் எரித்துக் கொல்லப்பட்டனர்.

சர்தார்புராவில் முஸ்லிம்கள் தவிர தலித்களும் குறிவைத்து தாக்கப்பட்டனர். மார்ச் 3 அன்று இதில் 55 பேரைக் குற்ற வாளிகளாகப் பட்டியலிட்டு எஃப்ஐஆர் பதிவு செய்யப்பட்டது. குஜராத் அரசு விசாரணைகளில் சுணக்கம் காட்டியதால் 2008ல் உச்ச நீதிமன்றம் குஜராத் கலவரங்களை விசாரிக்க சிறப்புப் புலனாய்வுக் குழுவை அமைத்ததும் சர்தார்புரா வழக்கு அதனிடம் விசாரணைக்குப் போனது.

2009ல் மேலும் 21 பேரை வழக்கில் சேர்த்தது சிறப்புப் புலனாய்வுக்குழு. நவம்பர் 2011ல் சிறப்பு நீதிமன்றம் இவ் வழக்கில் 31 பேரை ஆயுள் தண்டனை அளித்துத் தண்டித்தும் 42 பேரை விடுவித்தும் தீர்ப்பளித்தது. பத்தாண்டு விசாரணைக் காலத்தில் இடையில் 2 பேர் இறந்து விட்டனர். ஒருவன் மைனர் என்பதால் அவனது குற்றத்தை சிறார் நீதிமன்றத்தில் விசாரிக்க அனுப்பப்பட்டான்.

★

குஜராத் கலவரங்களை ஆராய்ந்த Human Rights Activists and Indian Solicitors என்ற அரசு சாரா அமைப்பு இந்தியாவில் மதக் கலவரங்களை இன அழிப்பாகக் கருத சட்டத்திருத்தம் கொண்டு வர வேண்டும் என மத்திய அரசை வற்புறுத்தியது.

முஸ்லிம்களை எரிப்பதில் அவர்களைக் கொல்லும் நோக்கம் தான் பிரதானம் என்றாலும் மற்றுமொரு மறைமுக நோக்கம் இருந்தது. அது அந்த மதத்தை அவமதிப்பது. அவர்கள் பிணங் களை எரிப்பதில்லை. சில சடங்குகளுக்கு உட்படுத்திப் புதைக் கிறார்கள். அப்படிச் செய்தால்தான் இறையை அடைய முடியும் என்பது அவர்கள் நம்பிக்கை. அப்போதுதான் ஒருவர் முஸ்லிமாக முழுமை அடைகிறார். அதை மறுத்து தெருவில் எரித்து சாம்பல் ஆக்குவதன்மூலம் அவர்கள் முஸ்லிமே இல்லை என்ற அடையாள அழிப்பை செய்தனர்.

10

கலவரங்கள் - உடைந்த உயர்குடி

பொதுவாக கலவரங்களில் உயர்குடியினர் சிக்கிக்கொள்வதில்லை. ஆனால் 2002ல் முன்னாள் மற்றும் இந்நாள் உயர்நீதிமன்ற நீதிபதிகள், உயர் போலீஸ் அதிகாரிகள், மருத்துவர்கள், பேராசிரியர்கள் என்று பலர் கலவரத்தின் பிடியில் சிக்கிக்கொண்டனர். முஸ்லிம்கள் சம்பந்தப்பட்ட அரசு அலுவலகங்கள்கூட தப்பவில்லை. அப்படி நடந்த சில தாக்குதல்களைப் பார்க்கலாம்.

சம்பவம் ஒன்று.

அகமதாபாத்தின் பால்டி என்பது உயர்குடி முஸ்லிம் ஆசாமிகள் வசிக்கும் பகுதி. அங்கிருக்கும் காஸ்மி அடுக்குமாடிக் குடியிருப்பில்தான் முன்னாள் உயர்நீதிமன்ற நீதிபதி அக்பர் திவெச்சா வசித்து வந்தார். குஜராத் அரசு அமைத்த எக்ஸ்பெர்ட்ஸ் கமிட்டியிலும் உறுப்பினராக இருந்தவர் அவர். சமூகத்தில் மரியாதைக்குரியவர்.

அவரது வீடு ரயில் எரிப்பு நடந்த பிப்ரவரி 27 அன்றே தாக்குதலுக்கு உள்ளானது. நிலைமையின் பதற்றத்தை உணர்ந்து அக்பர் தனக்குத்

தெரிந்த போலீஸ் அதிகாரிகளின் உதவியை நாடினார். ஒரு டெபுட்டி கமிஷனர் அவரது வீட்டுக்கு வந்து பேசினார். ஆனால் போலீஸ் பந்தோபஸ்துக்கான அவரது கோரிக்கை நிராகரிக்கப் பட்டது. விரைவில் ஒரு போலீஸ் ரோந்து வாகனம் பால்டி பகுதிக்கு அனுப்பப்படும் என்று மட்டும் உறுதி அளிக்கப் பட்டது. ஆனால் அப்படி ஏதும் அனுப்பப்படவில்லை.

பந்த் அன்று கலவர கும்பல் ஒன்று காஸ்மி அடுக்குமாடிக் குடியிருப்புக்குள் நுழைந்து அக்பர் திவெச்சாவின் வாகனங்களை எரித்தது. அவற்றில் சில அரசாங்கத்துக்குச் சொந்தமானவை. கலவரக்காரர்கள் ஓய்ந்த இடைவெளியில் சில நண்பர்களின் உதவியுடன் அவர் வேறு பாதுகாப்பான இடத்துக்குக் கொண்டு செல்லப்பட்டார். நாள் முழுக்க காஸ்மி அடுக்குமாடிக் குடியிருப்பு தாக்கப்பட்டது. இறுதிவரை போலீஸ் ரோந்து வாகனம் ஏதும் பாதுகாப்புக்கு வரவில்லை.

அன்று இரவு வீட்டில் விட்டுச் சென்றிருந்த சில முக்கிய அரசாங்க ஆவணங்களை மீட்கும் பொருட்டு அக்பர் தன் குடியிருப்புக்குத் திரும்பிய போது அவர் ஃப்ளாட்டும் அங்கிருந்த மற்றவர்களின் ஃப்ளாட்களும் முழுக்க சாம்பலாக்கப் பட்டிருந்தன.

சம்பவம் இரண்டு.

அகமதாபாத் லா கார்டன் பகுதியில் குடியிருந்தார் (அப்போதைய) உயர் நீதிமன்ற நீதிபதி ஏ.ஹெச்.காட்ரி. ஏற்கெனவே அவருக்கு போலீஸ் பாதுகாப்பு இருந்தாலும் குஜராத்தில் நடந்து கொண்டிருந்த கலவரங்களை ஒட்டி பாதுகாப்பை பலப்படுத்தச் சொல்லி காட்ரி வைத்த கோரிக்கைகளுக்குப் போலீஸ் செவி சாய்க்கவில்லை.

வேறு வழியின்றி பந்த்தின்போது வஸ்த்ராபூரில் உள்ள நீதிபதிகள் பங்களாவுக்கு அவர் இடம் பெயர்ந்தார். ஆனால் துரதிர்ஷட வசமாய் வஸ்த்ராபூரிலும் வன்முறை வெடித்தது. அதனால் காட்ரி அங்கிருந்தும் வெளியேற வேண்டி இருந்தது.

சம்பவம் மூன்று.

அகமதாபாத்தின் நவ்ரங்புராவில் முஸ்லிம் குடியிருப்பு ஒன்று இருந்தது. ஐஏஎஸ், ஐபிஎஸ் போன்ற உயர்பதவி வகிக்கும்

முஸ்லிம்கள் கணிசமான அளவில் அங்கே குடியிருந்தனர். அங்கே இருந்த ஓர் உயர் போலீஸ் அதிகாரி அந்தப் பகுதிக்கு போலீஸ் பந்தோபஸ்து கேட்க, அது மறுக்கப்பட்டது. பின் அவர் தனக்குக் கீழ் பணிபுரிந்த சில நம்பிக்கைக்குரிய போலீஸ் அதிகாரிகளைக் கொண்டு அந்தப் பகுதியின் காவலைத் தானே பார்த்துக் கொள்ள நேர்ந்தது.

சம்பவம் நான்கு.

அகமதாபாத்தில் ரோந்துப் பணியில் இருந்த சையத் என்ற இஸ்லாமிய இன்ஸ்பெக்டர் ஒரு கலவர கும்பலிடம் சிக்கிக் கொண்டார். சட்டையில் குத்தி இருந்த பெயர்ப் பட்டையை வைத்து அவர் முஸ்லிம் என்பதைக் கண்டு கொண்ட கும்பல் அவரைத் தாக்க முனைந்தது. ஆனால் வாகன ஓட்டியின் சமயோசிதம் காரணமாக லாவகமாக அவரது வண்டி திருப்பப் பட்டு அவர் உயிர் தப்பித்தார்.

சம்பவம் ஐந்து.

அகமதாபாத்தின் பால்டியில் இருந்த டெலைட் என்ற அடுக்கு மாடிக் குடியிருப்பில் வசித்து வந்தவர் டாக்டர் பாவ்நகரி. கலவரத்தன்று சுமார் 5,000 பேர் கொண்ட கும்பல் அந்தக் குடியிருப்பைச் சூழ்ந்து கொண்டு தாக்கியது. அவர் போலீஸ் உதவியை நாடினார். வழக்கம்போல் எந்தப் பயனும் இல்லை.

அவரிடம் லைசென்ஸ் கொண்ட துப்பாக்கி இருந்தது. வேறு வழியின்றி அவர் தாக்கிக் கொண்டிருந்த கூட்டத்தை நோக்கிச் சுட்டார். இருவர் காயமடைந்தனர் (அதில் ஒருவர் பிற்பாடு மருத்துவமனையில் சிகிச்சை பயனின்றி இறந்தார்). முழுக்க முழுக்க தற்காப்புக்காக அவர் சுட்டது. ஆனால் போலீஸ் அவர்மீது குற்ற வழக்குப்பதிவு செய்து அவரையும் அவரது மகனையும் கைது செய்தது. பின் பலகால முயற்சிகளுக்குப் பிறகு, பல போலீஸ் உயர் அதிகாரிகளின் இடமாற்றத்துக்குப் பிறகுதான் அவர்கள் அந்த வழக்கிலிருந்து விடுவிக்கப்பட்டார்.

சம்பவம் ஆறு.

வடோதராவில் பண்டுக்வாலா என்ற முஸ்லிம் பேராசிரியரின் வீட்டில் நடந்த தாக்குதலும் கவனிக்கத்தக்கது. மஹாராஜா ஷாயாஜிராவ் பல்கலைக்கழகத்தில் பணிபுரிந்த விஞ்ஞானி அவர். பொது வாழ்க்கையில் ஒரு சமூக ஆர்வலரும்கூட.

கோத்ரா ரயில் எரிப்புச் சம்பவம் நடந்தவுடன் ஸ்ரீஜக்தீஷ் ஷா என்ற பிரபல காந்தியவாதியுடன் இணைந்து அதைக் கடுமையாக விமரிசித்து ஓர் அறிக்கை வெளியிட்டார். ஆனால் ஊடகங்கள் அதைப் பெரிதாகக் கண்டுகொள்ளவில்லை. பந்த் அன்று அவரது வீடு தாக்கப்பட்டது. ஆனால் எதனாலோ கலவரக்காரர்கள் பாதியில் அதை விட்டு அங்கிருந்து நகர்ந்துவிட்டனர். பேராசிரியரும் அவரது மகளும் பக்கத்தில் இருந்த ஓர் இந்துக் குடும்பத்தால் காப்பாற்றப்பட்டனர். பின்னர் அவரது புகாரை அடுத்து ஃபத்தேகுஞ்ச் போலீஸ் ஸ்டேஷனிலிருந்து அதிசயமாக இரு போலீஸார் அவரது வீட்டுக்குக் காவலுக்கு அனுப்பப் பட்டனர்.

ஆனால் அடுத்த நாள் போதிய திட்டமிடலுடன் பெரிய கும்பல் அவரது வீட்டைத் தாக்கியது. தொடர்ந்து தொடர்பு கொண்டதன் பிறகே போலீஸ் படை வந்து சேர்ந்தது. ஆனால் அதற்குள் கும்பல் பேராசிரியரின் வீட்டை எரித்துச் சாம்பலாக்கிவிட்டது. போலீஸ் கலவரக்காரர்களை ஏதும் செய்யவில்லை.

அப்படி கை கட்டி வேடிக்கை பார்த்தற்குச் சொன்ன காரணம் கலவரத்தில் ஈடுபட்ட அந்தப் பெருங்கூட்டத்தில் பெண்களும் குழந்தைகளும் இருந்தார்கள் என்பது!

சம்பவம் ஏழு

காந்தி நகர் குஜராத்தின் தலைநகர். ஒப்பீட்டளவில் மற்ற இடங்களைவிட அதிக பாதுகாப்பும் கண்காணிப்பும் நிறைந்த நகரம். ஆனால் அங்கும் புறநகர் பகுதிகளில் கலவரங்கள் மூண்டன. நகருக்கு உள்ளேயும் வக்ஃப் வாரியம், சிறுபான்மை யினர் நல கார்பரேஷன் போன்ற அலுவலகங்களில் தாக்குதல் சம்பவங்கள் நடந்தன.

இந்த அலுவலகங்கள் அமைந்திருப்பது சச்சிவலையா என்ற இடத்தில், தலைமைச் செயலகக் கட்டடத்தில், முதல்வர் அலுவலகத்திருந்து வெறும் 500 மீ தூரத்தில்.

பொதுவாக அங்கே யாரும் எளிதில் நுழைவதே கடினம். ஆனால் கலவர கும்பல் குறிவைத்து முஸ்லிம்கள் தொடர் புடைய இந்த அலுவலகங்களுக்குள் சரியாகப் புகுந்து எல்லாவற்றையும் அழித்து விட்டு சாவகாசமாக வெளியேறியது.

★

சமூகத்தில் நல்ல நிலையில் வாழும் உயர்குடி முஸ்லிம்களுக்கே இதுதான் நிலைமை என்றால் கலவரத்தின்போது சாதாரண முஸ்லிம்களின் பாதுகாப்பு எப்படி இருந்திருக்கும் என்பதைச் சுலபமாக யூகிக்கலாம்.

ஒவ்வொரு பகுதிக்கும் அரசு போலீஸ் பாதுகாப்பு தருவது என்பது யதார்த்ததில் சாத்தியமில்லாத விஷயம் என்று அரசாங்கம் பொறுப்பில்லாமல் இதற்குப் பதில் சொன்னது. இருக்கும் காவலர்களைக் கொண்டு எடுக்கப்பட்ட நடவடிக்கைகள் போதுமானவையல்ல. தவிரவும், ஏகப்பட்ட கால விரயத்துக்குப் பிறகே அந்தச் சொற்ப நடவடிக்கைகளும் எடுக்கப்பட்டன.

11

கலவரங்கள் – நரோடா பாட்டியா

நரோடா பாட்டியாவும் நரோடா கிராமமும் அகமதாபாத் நகரின் நரோடா நகராட்சிக்குக் கீழ் வருகின்றன. சுமார் 2,000 முஸ்லிம்கள் வசிக்கும் பிரதேசம். இவர்கள் பெரும்பாலும் தினக் கூலிகள். மகாராஷ்டிரா மற்றும் கர்நாடகா ஆகிய மாநிலங்களிலிருந்து குஜராத் வந்து குடியேறியவர்கள்.

விஷ்வ ஹிந்து பரிஷத் பந்த் அறிவித்த பிப்ரவரி 28 அன்று காலையிலேயே நரோடியா பாட்டியாவைச் சுற்றி சுமார் 5,000 இந்து வெறியர்கள் - இவர்கள் பெரும்பாலும் பாஜக, பஜ்ரங் தள் கட்சிக்காரர்கள் - குழுமத் தொடங்கினர்.

சபர்மதி எக்ஸ்பிரஸில் இந்துப் பெண்கள் மானபங்கம் செய்யப்பட்டார்கள் என்கிற கதையே அங்கிருந்த பெரும்பாலானோரின் கோபத்துக்குக் காரணமாக இருந்தது. பாஜக எம்எல்ஏ மாயா கோட்னானி மற்றும் பஜ்ரங் தள் தலைவர் பாபு பஜ்ரங்கி ஆகியோர் இந்தக் கலவரக்காரர்களுக்கு வன்முறைக்கு ஆயுதம் வழங்கினர்.

சற்று நேரத்தில் அந்தப் பிரதேசம் சுற்றி வளைக்கப்பட்டது. பக்கத்திலிருந்த மாநில

போக்குவரத்துக் கழகத்தின் பேருந்து நிலையத்திலிருந்து வசதியாக எரிபொருள் எடுத்துக் கொள்ளப்பட்டது. அந்தப் பகுதி முழுக்க நெருப்பு வைக்கப்பட்டது.

முதலில் அங்கிருந்த நூரானி மசூதி. பிறகு அங்கிருந்த கடைகள். பிறகு வீடுகள். காலை 9 மணிக்கு சமையல் எரிவாயு சிலிண்டர் களைக் கொண்டு நூரானி மசூதி எரிக்கப்பட்டது. கடைகள் கொளுத்தப்படுத்தும் முன் கொள்ளையடிக்கப்பட்டன.

முஸ்லிம்களைக் கொடூரமாகத் தாக்குவதும் நடந்தேறியது. நிறைய முஸ்லிம்கள் உயிருடன் எரிக்கப்பட்டார்கள். துரத்திச் சென்று பெரிய குழிகளில் தள்ளி சமையல் எரிவாயு சிலிண்டர் களை வீசி பலரை ஒன்றாக வைத்துக் கொளுத்தினார்கள். எரிந்த சடங்களை வறண்ட கிணற்றுக்குள் எறிந்தனர். குடும்பம் மொத்தத்தையும் வீட்டுக்குள் வைத்து அவர்களின்மீது மின்சாரம் செலுத்தியும் சாகடிக்கப்பட்டனர்.

பெண்களை நிர்வாணப்படுத்துதல், அவர்கள் பிறப்புறுப்புக்குள் கழி, கம்பி, குச்சி போன்ற பொருட்களை செலுத்துதல் ஆகிய அக்கிரமங்களையும் நிகழ்த்தினர். பொதுவிடங்களில் வைத்து பெண்கள் கூட்டாகப் பாலியல் வல்லுறவு செய்யப்பட்டார்கள். பிறகு எரித்தோ அடித்தோ கொல்லப்பட்டார்கள்.

கௌஸர் பானு என்ற நிறைமாத கர்ப்பிணி அவர்களில் ஒருவர். அவர் குழந்தையை வயிற்றில் சுமந்து கொண்டு ஓடச் சிரமப் பட்டதால் எளிதாக கலவரக்காரர்களிடம் மாட்டிக் கொண்டார். அவர் வயிறு கிழிக்கப்பட்டு குழந்தை வெளியே எடுக்கப்பட்டு எரிக்கப்பட்டதாகச் சொல்கிறார்கள். பிறகு அவரையும் எரித்திருக் கிறார்கள். (ஆனால் அவரது பிரேதப் பரிசோதனை அறிக்கையைக்கொண்டு அப்படி ஏதும் சம்பவம் நடக்கவில்லை, அவர் எரிக்கப்பட்டது மட்டுமே நிஜம் என்று முடிவானது).

சிலர் தப்பிப் பிழைத்தோடி அருகே இருந்த மாநில ரிசர்வ் போலீஸ் படையின் தலைமையகத்தில் தஞ்சம் புக முன்றனர். ஆனால் வாயிலில் இருந்த போலீஸ் சுடுவோம் என மிரட்டிய தால் உள்ளே நுழைய முடியாமல் திரும்பினர்.

நரோடியா பாட்டியாவில் நிலைமை கையை மீறியதும் டெபுடி கமிஷனர், அசிஸ்டெண்ட் கமிஷனர் உள்ளிட்ட உயர் போலீஸ் அதிகாரிகள் வந்தனர்.

முதலில் அந்தக் கலவரக் கும்பலின்மீது கண்ணீர்ப் புகை குண்டுகள் வீசப்பட்டன. மொத்தம் 22 குண்டுகள். ஆனால் அதற்கு கும்பல் எந்த வகையிலும் மதிப்பளிக்காமல் தம் அழிப் பிலும் கொள்ளையிலும் குறியாகயிருந்தன. சுட்டு விடுவோம் என போலீஸ் தொடர்ச்சியாக எச்சரித்தும் பயனில்லை.

சுடும் உத்தரவு மதியம் 2 மணிக்குமேல் சாவகாசமாகப் பிறப்பிக்கப்பட்டது. போலீஸ் சப் இன்ஸ்பெக்டர் சோளங்கி 8 ரவுண்டு சுட்டார்; ஒரு கான்ஸ்டபிள் 2 ரவுண்டுகள். ஆனால் வழக்கம்போல் இந்தக் குண்டுகள் காற்றில் கரைந்தன. எந்தக் கலவரக்காரனின்மீதும் படவில்லை. யாருக்கும் காயமில்லை.

இதற்குப் பிறகும் எந்தப் பயமும் இன்றி இரவு வரை கலவரங்கள் நடந்தன.

10 மணி நேரத்துக்கு மேல் இந்தக் கலவரம் நீடித்தது. பிற்பாடு தான் ஊரடங்கு உத்தரவு நரோடியாவில் போடப்பட்டது. அந்தப் பகுதி முழுக்க கலவரக்காரர்களால் சூழப்பட்டிருந்ததால் மிகக் குறைவாகவே முஸ்லிம்கள் உயிர் பிழைத்தனர்.

இரவு அப்பகுதிக்கு ரோந்து சென்ற கூடுதல் கமிஷனர் டாண்டன் உயிர் பிழைத்த சிலரை ஷா ஆலம் அகதிகள் முகாமுக்கு பாதுகாப்பாக அனுப்பி வைத்தார்.

போலீஸ் ஸ்டேஷனுக்கும் கண்ட்ரோல் ரூமுக்கும் கதறிய அழைப்புகள் எல்லாம் உதாசீனம் செய்யப்பட்டன. சில துண்டுப் பிரசுரங்களில் போலீஸ் நம் பக்கம் என்று மார் தட்டி கலவரத்தை ஊக்குவிக்கும் வாசகங்கள் காணப்பட்டன. சில போலீஸார் தப்பி ஓடிய முஸ்லிம்களைத் தவறாக வழிகாட்டி மீண்டும் கலவரக்காரர்களிடம் மாட்ட வைத்ததும் நடந்தது. தப்பிக்க முயன்றவர்களை போலீஸ் தடுத்ததாகவும் சுட்டதாகவும் குறைந்தபட்சம் இரண்டு இடங்களில் சாட்சியம் சொல்கிறார்கள்.

நரோடா முழுக்க 1,000 வீடுகள் தீக்கிரையாக்கப்பட்டன. 2 கிமீ நீளத்துக்கு ஒரு கடை கூடத் தப்பவில்லை. ஆனால் இந்துக் களின் வீடுகளேதும் சேதமாகவில்லை.

நரோடா கலவரங்களில் மொத்தம் 125 பேர் கொல்லப்பட்டனர். இறந்தவர்கள் அத்தனை பேருமே முஸ்லிம்கள். நரோடா பாட்டியாவில் மீட்கப்பட்ட 94 சடலங்களில் 36 பேர் பெண்கள்,

35 பேர் குழந்தைகள். ஒட்டுமொத்த 2002 குஜராத் கலவரங் களிலேயே இதுதான் ஆகக் கொடூரமான சம்பவமாகக் கருதப் படுகிறது.

போலீஸ் கைகட்டி வேடிக்கை பார்த்தது. போலீஸ் உயரதி காரிகள்கூட கலவரக்காரர்கள் பக்கம் பச்சாத்தாபம் காட்டியிருப் பதை நரோடா பாட்டியா வன்முறைச் சம்பவங்களிலிருந்து அறியலாம். இது ஒரு கூட்டுக் கலவரம்.

இது குறித்து அகமதாபாத் போலீஸ் கமிஷனர் அளித்த பேட்டியில் (ரெடிஃப் இணையதளம்) 'போலீஸ்காரர்களும் மனிதர்கள்தான், கலவரம் ஊட்டும் உணர்ச்சிகரத்தில் அவர்கள் பாதிப்படையாமல் இருக்கவேண்டும் என சொல்ல முடியாது' என்கிறார். எத்தனை பொறுப்பில்லாத பேச்சு! அலுவல்களில் சொந்த விருப்புவெறுப்புக்கேற்ப செயல்படுபவன் எப்படி நல்ல போலீஸ்காரன்? அதையும் ஓர் உயர் அதிகாரி குற்றவுணர்வோ வெட்கமோ இன்றி நியாப்படுத்திப் பேசுகிறார்.

★

நரோடா கிராமத்தில் ஒரு சப் இன்ஸ்பெக்டரும் நான்கு கான்ஸ்டபிள்களும் மட்டும் காவலுக்கு இருந்தனர். அவர்களிடம் ஒரு 410 மஸ்கட் வகை துப்பாக்கி இருந்தது. அவர்கள் முன் 10,000க்கும் மேற்பட்டோர் வெறியுடன் அழிப்பில் இறங்கி இருந்தனர். போலீஸ் சில முறை எச்சரிக்கைகள் விடுத்துவிட்டு இரண்டு முறை வானை நோக்கிச் சுட்டுவிட்டு தம் கடமை முடிந்ததாக நினைத்துக் கொண்டது.

மேலிடத்துக்குத் தகவல் சொல்லவோ கூடுதல் போலீஸைக் கேட்கவோ இல்லை. போலீஸ்காரர்களும் சீக்கிரமே அந்த இடத்தை விட்டு அகன்று விட்டனர். கலவரத்தைக் கட்டுப் படுத்தத் தங்களுக்கு மேலிடத்தில் இருந்து அனுமதி இல்லை என்பது போலவே மாநிலமெங்கும் போலீஸ்காரர்கள் நடந்து கொண்டனர்.

★

ஜுன் 2002ல் நரோடா பாட்டியா வழக்கில் 23 பேர் மீது குற்றப்பத்திரிக்கை தாக்கல் செய்யப்பட்டது. விஷ்வ ஹிந்து பரிஷத் உள்ளிட்ட சங்க் பரிவார் ஆட்கள் எவரும் இப்பட்டியலில்

இல்லை. இதற்குப் பிறகு போலீஸ் மேலும் சிலரைக் கைது செய்து இச்சம்பவத்தில் மொத்தம் 46 பேர் மீது வழக்குப் பதிவு செய்து விசாரித்தது.

பிற்பாடு குஜராத் கலவரங்கள் தொடர்பான மாநில போலீஸ் நடவடிக்கைகளில் திருப்தியில்லாமல் 2008ல் உச்சநீதிமன்றம் சிறப்புப் புலனாய்வுக்குழுவை அமைத்தபோது நரோடா பாட்டியா வழக்கும் அவர்களிடம் விசாரணைக்குப் போனது. மாயா கோட்னானி, பாபு பஜ்ரங்கி உட்பட மேலும் 24 பேரை அவர்கள் இவ்வழக்கில் சேர்த்தனர். ஆனால் விசாரணை தொடங்கும் போது அதில் 9 பேர் இறந்திருந்தனர். (இந்தியாவில் நீதி விசாரணைகளின் வேகம் அப்படி!)

மீதமிருந்த 61 பேரை மட்டும் 2009ல் சிறப்புப் புலனாய்வுக்குழு விசாரித்தது.

சிறப்புப் புலனாய்வுக் குழு அளித்த இறுதி அறிக்கையில் கலவர தினத்தன்று முதல்வர் அலுவலகத்துக்கு பலமுறை மாயா கோட்னானி பேசியிருந்தது தெரிய வந்தது. முதல்வர் அலுவலகத்திலிருந்து அவருக்கும் பேசியிருந்தார்கள். இரண்டு தரப்பிலுமே இதற்கு சரியாக எந்த விளக்கமும் அளிக்கப்பட வில்லை.

நரோடா பகுதிக்கு பொறுப்பான கே கே மைசூர்வாலா என்ற இன்ஸ்பெக்டருடனும் பல முறை அவர் பேசி இருப்பது தெரிந்தது. கலவரம் நடந்த பிரதேசங்களில் அவர் சுற்றிக் கொண் டிருந்ததும் செல்ஃபோன் சிக்னல்கள் மூலம் உறுதிபடுத்தப் பட்டது.

ஆகஸ்ட் 2012ல் சிறப்பு நீதிமன்றம் இவ்வழக்கில் மாயா கோட்னானிக்கு 28 வருட சிறை தண்டனையும், பாபு பஜ்ரங்கிக்கு ஆயுள் தண்டனையும் (14 வருடங்கள் சிறை தண்டனை) அளித்துத் தீர்ப்பளித்தது. இன்னும் 30 பேருக்கு 14 முதல் 21 ஆண்டுகள் தண்டனை வழங்கப்பட்டது. மீதி 29 பேர் விடுவிக்கப்பட்டனர்.

2009ல் தொடங்கி பாதிக்கப்பட்டவர்கள், மருத்துவர்கள், போலீஸ், சாட்சிகள், பத்திரிகையாளர்கள் என 300 பேரை விசாரித்த பிறகு தீர்ப்பு வழங்கப்பட்டது.

முதன்முறையாக ஆட்சிப்பீடத்தில் இருந்த அரசியல்வாதி தண்டனை பெற்ற முக்கியமான வழக்கு இது. நரேந்திர மோடி அப்போது மூன்றாவது முறையாகச் சட்டசபைத் தேர்தலை சந்திக்கவிருந்தார். இந்த வழக்கின் தீர்ப்பைக் காரணம் காட்டி அவர் 2002 கலவரங்களுக்கு மன்னிப்பு கேட்க வேண்டும் என கோரிக்கை வலுத்தது. ஆனால் அவர் அரசுக்கும் கலவரத்தில் பங்கில்லை என்று சாதித்தார்.

விசாரணையின் இடையில் மாயா கோட்னானியின் பெயரை இந்த வழக்கிலிருந்து விடுவிக்க மாநில அரசு மிகுந்த முயற்சி எடுத்திருப்பதும் தெரிய வந்தது. சிறப்பு நீதிமன்றம் மாநில அரசின் இந்தச் செய்கையை கடுமையாகக் கண்டித்தது.

மாயா கோட்னானி முன்பு குஜராத்தின் பெண்கள் மற்றும் குழந்தைகள் நலத்துறை அமைச்சராக இருந்தவர். ஒரு மகப்பேறு மருத்துவரும் கூட. என்ன ஒரு முரண்!

12

கலவரங்கள் - குல்பர்க் சொஸைட்டி

அகமதாபாத்தின் சமன்புராவில் உள்ள குல்பர்க் சொசைட்டியில் (குஜராத்தில் சொஸைட்டி என்பது குடியிருப்புப் பகுதி) நடந்த கலவரம் தான் எல்லாவற்றிலும் உச்சம். இது மேகனி நகர் போலீஸ் ஸ்டேஷனின் கட்டுப்பாட்டுக்கு உட்பட்டது. 1969, 1985ல் நடந்த கலவரங்களில் கூட மேகனி நகர் பலமாக பாதிப்புக்குள்ளானது.

இந்த முறை மேகனி நகரில் குல்பர்க் சொஸைட்டி மட்டுமே குறிவைக்கப்படது. மொத்தம் 29 பங்களாக்கள்; 10 அடுக்குமாடிக் குடியிருப்புகள். அங்கே நாற்பதுக்கும் மேற்பட்ட முஸ்லிம் நடுத்தர வர்க்கக் குடும்பங்கள் குடியிருந்தன. கொஞ்சம் உயர்குடிக் குடும்பங்களும் இருந்தன. பெரும்பாலும் வியாபாரிகள்.

முன்னாள் எம்பியும், மூத்த காங்கிரஸ் தலைவருமான இஷான் ஜாஃப்ரி அங்கேதான் வசித்து வந்தார். நேர்மையையும் மதச்சார்பின்மையையும் பின்பற்றியவர். அவரது அரசியல் எதிரிகளாலேயே மிக உயர்வான இடத்தில் மதிக்கப்பட்டவர்.

கலவரத்தில் ஈடுபட்ட இந்து மத வெறியர்கள் இஷான் ஜாஃப்ரிமீது நெடுநாளைய அரசியல் காழ்ப்புணர்ச்சி கொண்டிருந்ததாகச் சொல்கிறார்கள். அதற்கு இந்தக் கலவரத்தைச் சாக்காக வைத்து பழிவாங்கியிருக்கிறார்கள். இவருக்காகவே நன்கு திட்டமிட்டே இந்தப் பகுதி தாக்குதலுக்குத் தேர்ந்தெடுக்கப்பட்டிருக்கிறது.

இன்ஸ்பெக்டர் எர்டா என்பவர் அங்கே முகாமிட்டிருந்தார். 28 பிப்ரவரி அன்று கிட்டத்தட்ட 15,000 பேர் கொண்ட கும்பல் அந்தப் பகுதியை சூழ்ந்து கொண்டது. முதலில் கண்ணீர்ப் புகை குண்டுகள் அவர்களின்மீது வீசப்பட்டன. ஓரளவு இது கலவரக்காரர்களைக் கலைத்தது. ஆனால் நிலைமை பதற்றமாகவே நீடித்தது.

இந்த இடைவெளியில் பக்கத்திலிருந்த முஸ்லிம் சேரியிலும் கலவரக்காரர்கள் தாக்கியதால் அங்கிருந்த முஸ்லிம்கள் குல்பர்க் சொஸைட்டிக்கு இடம் மாறினர். ஜாஃப்ரி மாதிரி செல்வாக்கு மிக்க ஆசாமியின் அருகில் இருக்கும்போது தமக்கு ஆபத்து ஏற்படாது என்ற நம்பிக்கையிலேயே அவர்கள் அவரை நம்பி வந்தனர்.

அதற்கேற்றாற்போல் ஓர் உயர் போலீஸ் அதிகாரி ஜாஃப்ரியைச் சந்தித்து போலீஸ் பாதுகப்பு அளிப்பதாக உறுதியும் அளித்தார். ஆனால் நிலைமை கட்டுக்குள் வரவில்லை. ஜாஃப்ரி தானே போலீஸ் உயர் அதிகாரிகளிடமும் நேரடியாக முதல்வர் நரேந்திர மோடியிடமும் பேசினார். டெல்லிக்கும் பேசி பாதுகாப்பு கேட்டார். ஆனால் எதுவும் பலனளிக்கவில்லை. நண்பகல் வாக்கில் நிலைமை மேலும் மோசமாக அங்கே இருந்த போலீஸாரும் மெல்ல நகரத் தொடங்கினர்.

இது போக முதல்வர் நரேந்திர மோடி, தலைமைச் செயலர், டிஜிபி, போலீஸ் கமிஷனர் எல்லோரிடனும் பேசி ஜாஃப்ரிக்கு பாதுகாப்பு கோரினார் முன்னார் குஜராத் முதல்வரும் மூத்த காங்கிரஸ் தலைவருமான அமர்சிங் சௌத்ரி.

ஆனால் மாநில அரசு அவரது கோரிக்கையையும் காதில் வாங்கவில்லை.

மதியம் 2 மணிக்கு கலவரக் கும்பல் 'ஜெய் ராம்' என்ற கோஷத்துடன் சுற்றுச் சுவரை உடைத்துக் கொண்டு காலனிக்குள்

நுழைந்தது. நேராக ஜாஃப்ரியின் பங்களாவுக்கு அவர்கள் விரைந்தனர். அவர்கள் நன்கு திட்டமிட்டு நன்கு வழி நடத்தப்பட்டவர்கள் போல் இருந்தனர். அவர்களுக்குத் தாங்கள் அங்கு என்ன செய்ய வேண்டும் என்பது குறித்து எந்தச் சந்தேகமும் இருக்கவில்லை.

இஷான் ஜாஃப்ரியின் வீட்டுப் பெண்களை மானபங்கம் செய்தனர். அவர்களை விட்டுவிடும் படி கலவரக்காரர்களைக் கெஞ்சினார் ஜாஃப்ரி. ஆனால் அதற்கு எந்தப் பலனும் இல்லை. பதிலாக 73 வயது முதியவரான அவர் நிர்வாணப்படுத்தப்பட்டு குல்பர்க் சொஸைட்டி தெருவில் இழுத்துச் செல்லப்பட்டார்.

இஷான் ஜாஃப்ரி 'ஜெய் ஸ்ரீராம்' என்று சொல்ல அவர்களால் நிர்பந்திக்கப்பட்டார். கடைசிவரை அதற்கு மறுத்துவிட, அவர் தலை துண்டிக்கப்பட்டு நெருப்பில் வீசப்பட்டார். இதற்கு பிறகு அவரது வீட்டுக்குத் திரும்பி இரண்டு சிறுவர்கள் உட்பட அவரது ஒட்டுமொத்தக் குடும்பமும் உயிருடன் தீ வைத்துக் கொளுத்தினர்.

சற்று நேரத்தில் அந்த சொசைட்டியில் இருந்த அனைத்து வீடுகளுக்கும் நெருப்பு வைக்கப்பட்டது. போலீஸ் கணக்குப்படி 69 பேர் இறந்தனர் (இதில் இஷான் ஜாஃப்ரி உட்பட 35 பேர் உயிருடன் கொளுத்தப்பட்டவர்கள்). 18 வீடுகள் எரிக்கப்பட்டன.

இஷான் ஜாஃப்ரி நினைத்திருந்தால் முன்னமே போலீஸ் மற்றும் ஆதரவாளர்கள் உதவியுடன் அந்த இடத்தை விட்டுத் தப்பியிருக்க முடியும். ஆனால் அவர் தன்னை நம்பி அங்கே இருந்தவர்களுக்காக அங்கே இருந்து உயிரை விட்டார்.

பிற்பாடு குல்பர்க் சொஸைட்டிக்கு யாருமே திரும்பவில்லை.

★

கலவரம் குறித்து அளித்த பேட்டியொன்றில் குஜராத் முதல்வர் நரேந்திர மோடி கலவரங்களில் முஸ்லிம்கள் கொல்லப்படுவது காட்டுமிராண்டித்தனம் என்றார். ஆனால் ஜாஃப்ரியின் வீடு எரியூட்டப்படும் முன் அவர் வீட்டிலிருந்து கும்பலை நோக்கி துப்பாக்கியில் சுட்டிருக்கிறார்கள் என அக்கொலையை நியாயப்படுத்தினார்.

2006ல் இஷான் ஜாஃப்ரியின் மனைவி ஸாகியா ஜாஃப்ரி குஜராத் முதல்வர் மோடி மற்றும் இன்னும் சில அமைச்சர்கள், கட்சிக்காரர்கள்மீது குஜராத் கலவரங்களில் பங்கு பெற்றதற்காக எஃப்ஐஆர் போடப்படவில்லை எனப் புகார் அளித்தார். விஷ்வ ஹிந்து பரிஷத் தலைவர்கள் பிரவீன் தொகாடியா, ஜெய்தீப் பட்டேல், குஜராத் மாநில டிஜிபி பிசி பாண்டே ஆகியோர் பெயர்களும் அப்புகாரில் இருந்தன.

2007ல் அவர் குஜராத் உயர் நீதிமன்றத்தில் இது தொடர்பாக வழக்குப் போட்டார். ஆனால் உயர் நீதிமன்றமோ அதை நிராகரித்து மேஜிஸ்ட்ரேட் கோர்ட் போகும் படி அவரை அறிவுறுத்தியது. அதனால் அவர் சுப்ரீம் கோர்ட்டை அணுகினார்.

2009ல் உச்ச நீதிமன்றம் இவ்வழக்கை சிறப்புப் புலனாய்வுக் குழுவிடம் அளித்தது. அதே ஆணடு குஜராத் காங்கிரஸ் கட்சியின் முக்கியத் தலைவர் மேஹ்சிங் சௌத்ரி குல்பர்க் சொசைட்டி கலவரங்களில் பங்கெடுத்தற்காகக் கைது செய்யப் பட்டார்.

மார்ச் 2010ல் நரேந்திர மோடிக்கு குஜராத் கலவரங்கள் தொடர் பாக அவர்மீது வைக்கப்பட்டிருக்கும் குற்றச்சாட்டுகளுக்கு விளக்கம் கேட்டு சிறப்புப் புலனாய்வுக் குழு சம்மன் அனுப்பியது. அதற்கு அவர் நேரில் ஆஜராகி பதில் அளித்தார்.

மார்ச் 2010ல் பப்ளிக் ப்ராஸிக்யூட்டர் ஆர்.கே. ஷா இந்த வழக்கி லிருந்து விலகிக் கொண்டர். சிறப்புப் புலனாய்வுக்குழு அரசிடம் மென்மையாக நடந்து கொள்கிறது. சாட்சிகளிடம் கடுமையாக நடந்து கொண்டு அவர்களை பயமுறுத்தி, மனரீதியாக பலவீனப் படுத்துகிறது, இது புலனாய்வைப் பாதிக்கிறது எனக் காரணம் சொன்னார்.

கலவரத்தின்போது குஜராத் டிஜிபி பிசி பாண்டே சம்பவம் நடந்த இடத்தில் இருந்த கூடுதல் கமிஷனர் எம்கே டாண்டனுடன் தொலைபேசிய ஆதாரங்களை ஏப்ரல் 2010ல் சமூக ஆர்வலர் தீஸ்டா சேடல்வாட் உச்ச நீதிமன்றத்தில் சமர்ப்பித்தார்.

உளவுத்துறை கூடுதல் டிஜிபியாக இருந்த ஆர்.பி. ஸ்ரீகுமார் சிறப்புப் புலனாய்வுக் குழுவின் முன்பு அளித்த வாக்குமூலத்தில்

குல்பர்க் சம்பவத்தில் வேண்டுமென்றே போலீஸ்காரர்கள் கை கட்டி வேடிக்கை பார்த்தனர் எனக் குற்றம் சாட்டினார். சம்பவங்களை நேரில் பார்த்த ரூபா மோடி, இம்தியாஸ் பதான் என்ற இரு சாட்சிகளையும் அவர் சிறப்புப் புலனாய்வுக் குழுவின் முன்பு ஆஜர்படுத்தினார்.

தெஹல்கா இதழும் தன் ரகசியப் புலனாய்வில் குல்பர்க் சொஸைட்டியில் கலவரத்தில் கலந்து கொண்டவர்களின் வாக்குமூலங்களை வெளியிட்டது.

பிப்ரவரி 2012ல் சிறப்புப் புலனாய்வுக்குழு தன் இறுதி அறிக்கையை குஜராத் மேஜிஸ்ட்ரேட் கோர்ட்டில் சமர்ப்பித்தது. கோத்ரா சம்பவத்துக்குப் பழி தீர்க்க மூர்க்கத்துடன் குழுமியிருந்த வன்முறைக் கும்பலை ஜாஃப்ரி மேலும் கோபப்படுத்தித் தூண்டியதாலேயே உயிரை இழக்க நேரிட்டது என அந்த அறிக்கை சொல்லியது.

மோடிக்கு கலவரங்களில் எந்தப் பங்கும் இல்லை, அவர் அப்பழுக்கற்றவர் என்றும் அது அறிவித்தது. இதை எதிர்த்து ஸாகியா ஜாஃப்ரி மேல்முறையீடு செய்தார். டிசம்பர் 2013ல் சிறப்புப் புலனாய்வுக் குழுவின் அறிக்கையை ஏற்று நரேந்திர மோடி உள்ளிட்ட 58 அரசியல்வாதிகளை இந்த வழக்கில் குற்ற மற்றவர்கள் என விடுவித்தது மெட்ரோபாலிடன் நீதிமன்றம். கலவரங்களை ஒடுக்க போதிய நடவடிக்கைகளை மாநில அரசு எடுத்தது என்றும் சொல்கிறது இந்தத் தீர்ப்பு.

நியாயம் கிடைக்கக் காத்திருக்கின்றன குல்பர்க் சொஸைட்டி யின் எரிந்த வீடுகள்!

13

கலவரங்கள் - பெஸ்ட் பேக்கரி

குஜராத் கலவரங்களில் பெஸ்ட் பேக்கரி எரிப்பு வழக்கு ஒரு பிரபலமான நிகழ்வு. 27 பிப்ரவரி அன்றே வடோதராவில் சில இந்து கட்சித் தலைவர்கள் போலீஸ் கமிஷனரிடம் அடுத்த நாள் முழு அடைப்பைத் தடுக்கக்கூடாது என எச்சரித்திருந்தார்கள். அதே தான் நடக்கவும் செய்தது. அறிவுறுத்தப்பட்டதைப் போல் போலீஸ் நடந்தவற்றைக் கொஞ்சமும் தடுக்கவோ தட்டிக் கேட்கவோ இல்லை. குறைந்தபட்சம் கலவரம் நடந்தால் அதை எதிர்கொள்ளக்கூட அவர்கள் தயாராக இருக்கவில்லை. இத்தனைக் கும் வடோதரா என்பது அகமதாபாத் போல், கோத்ரா போல், இந்து - முஸ்லிம் கலவரங் களுக்கு பேர் போன பகுதி.

வடோதராவில் ஹனுமன் டெக்ரி என்ற இடத்தில் அமைந்துள்ளது பெஸ்ட் பேக்கரி. பேனிகேட் காவல் நிலையத்தின் கட்டுப் பாட்டில் இப்பகுதி வருகிறது.

உத்தரப் பிரதேசத்திலிருந்து 20 வருடங்களுக்கு முன் வந்த ஹபிபுல்லா ஷேக் என்பவர்

தொடங்கிய பேக்கரி இது. அவர் ஹனுமன் டெக்ரியிலுள்ள தபோய் சாலைக்கு சில மாதங்களுக்கு முன் தான் பேக்கரியை இடம் மாற்றி இருந்தார். பொதுவாக ஏழை மக்கள் அதிகம் வசிக்கும் பிரதேசம் அது. இடம் மாற்றி சில மாதங்களில் அவர் இறந்து போக, அவரது வாரிசுகள் பேக்கரியை நடத்தி வந்தனர்.

பந்த் அன்று எல்லா முஸ்லிம்களும் பாதுகாப்பான இடங்களுக்கு இடம் பெயர்ந்தனர். ஆனால் பெஸ்ட் பேக்கரி நடத்திய குடும்பத்தார் அப்படிச் செய்யவில்லை. அங்கே சில லோக்கல் முஸ்லிம் தலைவர்கள் பேக்கரி இருந்த பகுதியில் எந்தப் பிரச்சனையும் வராது, பாதுகாப்பு வழங்கப்படும் என உறுதி அளித்திருந்ததே இதற்குக் காரணம். பந்த் தினம் பகல் முழுவதும் அவர்கள் அளித்திருந்த உறுதிமொழி உண்மையாகவும் இருந்தது. பக்கத்து ஏரியாக்களில் கலவரம் வந்த போதிலும் பெஸ்ட் பேக்கரி இருந்த பகுதியில் அமைதி நீடித்தது.

ஆனால் பந்த் அன்று இரவு நிலைமை தலைகீழானது. சுமார் 500 பேர் கொண்ட கலவரக் கும்பல் ஒன்று ஆயுதங்களுடன் பெஸ்ட் பேக்கரியை சூழ்ந்தது.

போலீஸுக்குத் தகவல் சொல்லப்பட்டதும் அந்த இடத்தை அடைந்த போலீஸ், கும்பலின் எண்ணிக்கையையும் வெறியை யும் பார்த்துவிட்டு உடனே திரும்பியது. இது மேலும் கலவரக் காரர்களை ஊக்குவிப்பதாக அமைந்தது. எதெல்லாம் கொள்ளையடிக்கப்பட முடியுமோ அதெல்லாம் பேக்கரியில் இருந்து எடுத்துக் கொள்ளப்பட்டது. பின் பேக்கரியில் இருந்த விறகுக் கட்டைகளைக் கொண்டே அது கொளுத்தப்பட்டது. இரவு முழுக்க விடிய விடிய இந்த எரிப்பு நீடித்தது.

தொடர்ச்சியாக காவல் துறை கட்டுப்பாட்டு அறைக்கும், லோக்கல் போலீஸ் ஸ்டேஷனுக்கும் செய்யப்பட்ட முறையீடுகள் எல்லாம் காற்றில் விடப்பட்டு அங்கே அனுப்பப் போதுமான போலீஸ் படை இல்லை என்ற பதிலே கிடைத்தது.

இந்த எரிப்புச் சம்பவத்தில் மொத்தம் 12 பேர் இறந்தனர் (அதில் 3 பேர் பேக்கரியில் வேலை செய்த இந்துக்கள்). மேலும் சம்மந்தப்பட்ட 2 பேரைக் காணவில்லை.

அடுத்த நாள் காலையில் பொறுமையாக வந்த போலீஸ் மாடியில் ஒளிந்து கொண்டிருந்த சிலரது உயிரை மட்டும்

காப்பற்றியது. கும்பல் பேக்கரியை சூழ்ந்து கொள்ளும் முன் இவர்கள் மாடிக்குச் சென்று ஒளிந்து கொண்டனர். அவர்களில் ஒருவர் அந்தக் குடும்பத்தின் உறுப்பினரான ஷகீரா ஷேக் என்ற 19 வயதுப் பெண். இந்த சம்பவங்கள் அத்தனையையும் நேரில் கண்ட முக்கிய சாட்சி அவர்.

ஷகீரா மற்றும் மேலும் சிலரது சாட்சியங்களின் அடிப்படையில் 21 பேர் கைது செய்யப்பட்டனர். ஆனால் 2003ல் ஷகீரா உட்பட பல சாட்சிகள் பிறழ் சாட்சியங்களாக மாறின. தாங்கள் எதையும் நேரில் பார்க்கவில்லை என்றனர். வடோதரா ஃபாஸ்ட் ட்ராக் கோர்ட் குற்றவாளிகளை விடுவித்தது. நீதி தலையைத் தொங்கப்போட்டது.

இதற்குப் பிறகு பாஜக எம்எல்ஏ மது ஸ்ரீவத்ஸவ் உள்ளிட்ட சிலரின்மீது போலீஸ் வழக்குப் பதிவு செய்தது. தான் மது ஸ்ரீவத்ஸவைப் பார்த்ததே இல்லை, தீஸ்டா சேடல்வாட் என்ற அரசு சார அமைப்பின் போராளியின் வற்புறுத்தலின் பேரில் தான் சாட்சி சொன்னதாக ஷகீரா கூறினார். நீதிமன்றம் இவர் பொய் சொல்கிறார் என இவரது சாட்சியை நிராகரித்தது.

பிற்பாடு 2004ல் தெஹல்கா இதழின் ரகசியப் புலனாய்வுகளில் ஷகீராவுக்கு எம்எல்ஏ லஞ்சம் கொடுத்திருப்பது தெரிய வந்தது. அதைப் பெற்றுக் கொண்டு தான் அவர் பிறழ்சாட்சி ஆகியிருக்கிறார். மஸ்ஜ்லிஸ்-ஈ-ஷுரா என்ற முஸ்லிம் மதத்தில் தீர்ப்புகள் வழங்கும் அமைப்பு ஷகீரா இஸ்லாம் மதத்துககு அவப்பெயர் உண்டக்கியதால் அவரைத் தள்ளி வைப்பதாக அறிவித்தது. நீதிமன்றம் பொய் சாட்சி சொன்னதற்காக ஓராண்டு சிறையும் ரூ. 50,000 அபராதமும் விதித்தது.

பின் சமூகப் போராளி தீஸ்டா சேடல்வாட் உச்ச நீதிமன்றத்தில் தாக்கல் செய்த மனுவின் அடிப்படையில் குஜராத்துக்கு வெளியே நீதி விசாரணை மாற்றப்பட்டது.

2006ல் சிறப்பு நீதிமன்றம் ஒன்று இவ்வழக்கில் குற்றம் சாட்டப்பட்ட 21 பேரில் 9 பேருக்கு ஆயுள் தண்டனை விதித்துத் தீர்ப்பளித்தது, 8 பேரை விடுவித்து, தலை மறைவான 4 பேருக்கு வாரண்ட் பிறப்பித்தது. மேல் முறையீடு செய்ததில் 2012ல் மும்பை உயர்நீதிமன்றம் இதில் தண்டனை பெற்ற 5

பேரை போதிய ஆதாரங்கள் இல்லை என விடுவித்தது. 4 பேரின் ஆயுள் தண்டனையை உறுதி செய்தது.

குஜராத் கலவர வழக்குகளில் பெஸ்ட் பேக்கரி வழக்கில் முதன்முதலாக தீர்ப்பு சொல்லப்பட்டது. பரவலான கவன ஈர்ப்பைப் பெற இது ஒரு முக்கியக் காரணம்.

14

கலவரங்கள் – பெண்கள், குழந்தைகள்

> இதுவரை அமைதியாக இருந்த எரிமலை
> சீறத் தொடங்கிவிட்டது
>
> மியான்களின் புட்டத்தை எரித்து
> நிர்வாணமாக ஆட வைத்துவிட்டது
>
> கட்டுண்டு கிடந்த நம் ஆண்குறிகளை
> இன்று அவிழ்த்துவிட்டோம்
>
> பீபிக்களின் இறுக்கமான யோனிகளை நாம்
> அகட்டிவிட்டோம்.

குஜராத் மாநில விஷ்வ ஹிந்து பரிஷத் தலைவர் சிபிபாய் படேல் கையொப்பம் இட்டு கலவரங்களின் போது குஜராத்தில் வெளிப்படையாக விநியோகக்கப்பட்ட துண்டுப் பிரசுரத்தில் இருந்த வாசகங்கள் இவை. இதற்கு மேலே 'நாம் அவர்களை வெட்டித் துண்டாடுவோம். அவர்களின் ரத்தம் ஆறாக ஓடட்டும். பாபர் மசூதியை அழித்தது போல் முஸ்லிம்களையும் கொன்று குவிப்போம்' என்று இருந்தது.

தீக்கிரையாக்கப்பட்ட சில முஸ்லிம்களின் வீடுகளின் சுவர்களில் 'முஸ்லிம்களே,

இந்தியாவை விட்டு வெளியேறுங்கள், இல்லையென்றால் உங்கள் தாய்மார்களை நாங்கள் வன்புணர்வோம்' என்று கலவரக்காரர்கள் எழுதி வைத்திருந்தார்கள்.

★

1947 இந்தியா - பாகிஸ்தான் பிரிவினை தொடங்கி இந்தியாவில் கலவரங்கள் எங்கு வெடித்தாலும் பெண்கள் பாலியல் வல்லுறவு செய்யப்படுவதும் குழந்தைகள் கொடூரமாகக் கொல்லப் படுவதும் தவறாமல் நடந்து கொண்டு தான் இருக்கின்றன.

1992ல் பாபர் மசூதி இடிக்கப்பட்டதை ஒட்டி சூரத், போபால் போன்ற இடங்களில் நடந்த கலவரங்களில் கூட இவ்விஷயங்கள் பரவலாக நடந்ததை இந்திய ஜனநாயக மாதர் சங்கம் சுட்டிக்காட்டுகிறது. ஆனால் கொடுமைக்குள்ளான பெண்கள் யாரும் பொதுவாக இதைப் போலீஸில் புகார் சொல் வதில்லை. அதனால் குற்றவாளிகள் எப்போதும் தப்பித்துக் கொண்டே இருந்தனர்.

2002 குஜராத் கலவரங்களில்தான் பாதிக்கப்பட்டப் பெண்கள் முதன் முதலாகப் பரவலான எண்ணிக்கையில் தம் வாக்கு மூலங்களை ஊடகங்களிடமும் உண்மை அறியும் குழுக்களிட மும் அரசு சாரா அமைப்புகளிடமும் சமூக ஆர்வலர்களிடமும் விசாரணைக் கமிஷன்களிடமும் பகிர்ந்து கொண்டனர். பிறகே குஜராத்துக்குள் மௌனமாக காற்றில் கரைந்திருக்கவேண்டிய கற்பனைக்கு எட்டாத பல கொடூரமான உண்மைகள் வெளியுலகுக்குத் தெரியவந்தன.

கலவரத்தில் வயது வித்தியாசமின்றி சுமார் 250 பெண்கள் கூட்டாகப் பாலியல் வல்லுறவுக்கு உள்ளாக்கப்பட்டு எரிக்கப் பட்டனர். குழந்தைகள்மீது பெட்ரோல் ஊற்றப்பட்டு, உயிருடன் கொளுத்தப்பட்டு, கசாப்புக்கடையில் வெட்டப்படுவது போல் அடையாளம் தெரியாமல் சிதைக்கப்பட்டு கொல்லப்பட்டனர். வேறு சில இடங்களில் கர்ப்பமான பெண்களின் வயிறு கிழிக்கப் பட்டு கரு வெளியே உருவப்பட்டு அந்தப் பெண்களுக்கு காட்டப்பட்டு பிறகு கொடூரமாக எரிக்கப்பட்டன.

எந்தக் கலவரத்தைவிடவும் ஒப்பீட்டளவில் குஜராத் நிகழ்வில் தான் அதிகமான எண்ணிக்கையில் பெண்கள் கொல்லப் பட்டுள்ளனர். உதாரணமாக நரோடா பாட்டியாவில் பிப்ரவரி

28 அன்று ஒரே நாளில் விழுந்த 94 சடலங்களில் 36 பேர் பெண்கள், 35 பேர் குழந்தைகள் எனப் பார்த்தோம் (ஓர் ஆறு மாதக் குழந்தையும் இதில் அடக்கம்). பெண் குழந்தைகளையும் சேர்த்தால் மொத்தம் 46 பெண்கள்.

2002 குஜராத் கலவரங்களில் மிகப் பிரதானமான விஷயம் குழந்தைகள் மற்றும் பெண்கள்மீது கட்டவிழ்த்து விடப்பட்ட கொடூரமான வன்முறைச் செயல்களே. கலவர தினங்களில் பெண்கள்மீது நடந்த சில கொடூரங்களைப் பார்க்கலாம்.

பொதுவாக இந்தக் கலவரங்களில் பெண்களின்மீது தொடுக்கப் பட்ட பாலியல் வன்முறைகள் விதவிதமானவை, வக்கிர மானவை. துகிலுரித்தல், நிர்வாணப்படுத்துதல், நிர்வாணமாகத் தெருவில் ஊர்வலம் போகச் செய்தல், உடல் உறுப்புக்களைக் கசக்குதல், முகத்திலும் உடலிலும் ஆசிட் வீசுதல், பொது இடத்தில் வைத்து பல பேர் கூட்டாக வன்புணர்ச்சி செய்தல், பிறப்புறுப்புக்குள் கழி, கம்பி, குச்சி போன்ற பொருட்களைச் செலுத்துதல், வயிற்றைக் அறுத்தல், வயிற்றைக் கிழித்து அதற்குள் பொருட்களை சொருகுதல், பிறப்புறுப்பை வெட்டுதல், மார்பு களை அறுத்தல், கை, கால்களை உடைத்தல், இந்து மத உருவங்களை பெண்களின் உடல்களில் ஆயுதங்களால் கீறி வரைதல் ஆகியவற்றைக் குறிப்பிட்டுச் சொல்லலாம்.

இந்துச் சிறுவர்களுக்கு முஸ்லிம்களை எரிக்கவும் பெண்களைக் கற்பழிக்கவும் கற்றுத் தரப்பட்டது. பெரும்பாலும் பெண்களை வன்புணர்ச்சிக்குப் பிறகு உயிருடன் எரித்தனர். கொல்வதற்கு முன் நீண்ட நேரம் இரும்புக் கம்பிகளாலும் குழாய்களாலும் அடித்தனர். வன்புணர்ச்சிகளும் திட்டமிட்ட பாணியில் நடத்தப் பட்டன.

சில இடங்களில் மகளின் முன்பாக தாயை வன்புணர்வு செய்தனர்; இன்னும் சில இடங்களில் தாயின் முன்பாக மகளை வன்புணர்வு செய்தனர். உச்சபட்சமாக 3 வயதான பெண் குழந்தை ஒன்றை வன்கலவி செய்து கொன்றிருக்கிறார்கள்.

நிவாரண முகாம்களுக்கு வந்து சேர்ந்த பெண்கள் பலரும் உடம்பில் ஆடையின்றி வந்தனர். ஆசிட் ஊற்றப்பட்டு எரிக்கப் பட்டபோது நெருப்பு பரவாமல் இருக்க துணிகளை அவர்களே பிய்த்து எறிய வேண்டியதாயிற்று.

பல தாய்மார்கள் தம் குழந்தைகள் சித்திரவதைப்பட்டு இறப் பதைக் கண்ட பிறகே உயிரோடு எரிக்கப்பட்டனர். குழந்தை களைக் குத்தீட்டிகளில் குத்தி வானத்தில் ஏந்தி நெருப்பில் எறிந் தார்கள். பிறந்து 20 நாளே ஆன குழந்தைகூடத் தப்பவில்லை; 4 வயதுச் சிறுவன் ஆசிஃப் 90 சதவிகித நெருப்புக் காயங்களுடன் மருத்துவமனையில் பலநாள் துடித்து இறந்தான்.

சில குழந்தைகள் 'தண்ணீர் தண்ணீர்' என்று கதற அவர்கள் வாயில் பெட்ரோலை ஊற்றிக் கொளுத்தியிருக்கிறார்கள். கலவரங்களுக்குச் சாட்சி சொன்ன ஃபாத்திமா பீபி திரும்பத் திரும்ப இச்சம்பவத்தைச் சொல்லி பைத்தியம் போல் கதறினார்

பதின்மூன்று வயதுப் பெண் ஃபர்ஸானாவை வன்கலவி செய்த பின் வயிற்றுக்குள் ஒரு தடியை சொருகிப் பின் எரித்தனர். மூன்று வயதுப் பெண் குழந்தையை அதன் தாயின் முன் பாலியல் வன்முறைக்கு உள்ளாக்கிப் பின் கொன்றனர்.

தாகோத் மாவட்டத்திலுள்ள ஃபதேபுராவில் முஸ்லிம் பெண்கள் நிர்வாணமாக்கப்பட்டு ஊர்வலமாக அழைத்துச் செல்லப் பட்டனர். வழியில் கண்ட முஸ்லிம் ஆம்புலன்ஸ் சர்வீஸ் வண்டி அவர்களைக் காப்பாற்றி அழைத்துச் சென்றது.

கோத்ராவின் இக்பால்பூர் முகாமில் இருந்த ஒரு பெண் 3 மாத கர்ப்பவதி. அவள் முதலில் வன்புணர்வு செய்யப்பட்டு அவளது 3 வயது குழந்தை அவளது கண் எதிரிலேயே கொல்லப்பட்டது. அவளது 45 வயது அம்மா, இரண்டு சகோதரிகள், சகோதரனின் மனைவி எல்லோரும் அவள் கண்ணெதிரிலேயே பாலியல் பலாத்காரம்ம செய்யப்பட்டு கொல்லப்பட்டனர். அவள் தான் இறந்தது போல் கிடந்து பாவனை செய்ததால் தப்பித்தாள். இதெல்லாம் செய்தது யாரெனத் தெரியும். அதை எஃப்ஐஆரிலும் குறிப்பிட்டு இருக்கிறாள். ஆனால் அவர்கள் கைது செய்யப்பட வில்லை.

ராந்திகாபூர் கிராமத்தில் ஓர் இளம் கர்ப்பிணியின் முன் அவளது முதல் குழந்தையைக் கண்டம் துண்டமாக வெட்டினர். பின் அவளை வன்புணர்ச்சி செய்தனர். கடைசியாக அவளை அடித்துச் சாக விட்டுச் சென்றனர்.

★

முந்தைய கலவரங்கள் போலல்லாது 2002ல் பாலியல் வல்லுறவுக்கு உள்ளான பெண்கள் அல்லது அவர்களின் ஆண் உறவினர்கள் அதை போலீஸில் புகாராகச் சொல்ல முன்வந்தனர். ஆனால் இம்முறை போலீஸ் இந்தப் புகார்களை ஏற்க மறுத்தது. இவை பொய்ப் புகார்கள் எனப் புறந்தள்ளியது. ஒரு மூத்த போலீஸ் அதிகாரி அதற்குச் சொன்ன விளக்கம்: 'பாலியல் வன்முறைக்கெல்லாம் கலவரக்காரர்களுக்கு நேரமில்லை. தவிர இந்துக்கள் அப்படிச் செய்ய மாட்டார்கள்.'

மத்திய பாதுகாப்புத்துறை அமைச்சர் ஜார்ஜ் ஃபெர்னாண்டஸ் 30 ஏப்ரல் 2002 அன்று குஜராத் கலவரங்கள்மீதான விவாதத் துக்குப் பதிலளிக்கையில் 'நமக்கு இது குறித்து சொல்லப்பட்ட கண்ணீர்க் கதைகள் யாவும் ஏதோ இந்த தேசத்தில் இதுதான் முதன் முறையாக கேட்கப்படுவது போல் சொல்லப்படுகின்றன. ஒரு தாய் கொல்லப்படுவதும், அவள் வயிற்றிலிருந்து கரு உருவப்படுவதும், ஒரு தாய்க்கு முன் மகள் பாலியல் வல்லுறவு கொள்ளப்படுவதும், ஒருவர் உயிருடன் எரிக்கப்படுவதும் நடப்பது இதுதான் முதல் முறையா? இது போன்ற சம்பவங்கள் 1984 கலவரங்களின் போது தில்லியின் தெருக்களில் நடக்க வில்லையா?' என மிக அலட்சியமாக இவற்றைக் கடந்து சென்றார்.

பாலியல் வன்முறை என்பது இஸ்லாமிய மதத்தை அவமானப் படுத்தவும் முஸ்லிம்களை அடிபணிய வைக்கவுமான ஆயுத மாகப் பயன்படுத்தினார்கள்.

அமெரிக்கா, இங்கிலாந்து, பிரான்ஸ், ஜெர்மனி, இலங்கை ஆகிய நாடுகளிலிருந்து வந்த அனைத்து மகளிர் நிபுணர்களைக் கொண்ட சர்வதேச உண்மை அறியும் குழு இந்நிகழ்வுகளை ஆராய்ந்து பாலியல் வன்முறை மாநிலத்தின் சிறுபான்மைப் பெண்களை அச்சுறுத்தும் வழிமுறையாகக் கையாளப்பட்டது எனக் குறிப்பிட்டது.

பெண் உடலை எப்படியெல்லாம் வன்முறையில் சிதைக்கலாம் என விதவிதமாகக் கற்பனை செய்து செயல்படுத்தினர். பெண் உடலை விளையாட்டு மைதானம் போல, சோதனை எலி போல், குழந்தையின் பொம்மை போல் பயன்படுத்தினர்.

2012ல் டெல்லியில் ஒரு மருத்துவ மாணவி ஆறு பேரால் கொடூரமாக வன்புணரப்பட்டு இரும்புக்கழியால் யோனி கிழிக்கப்பட்டு மருத்துவமனையில் உயிரிழந்தபோது தேசமே துடித்து அலறியது. 2002ல் குஜராத்தில் ஓரிரு நாட்களில் இதே போன்ற கொடூரச் சம்பவங்களில் நூற்றுக்கணக்கான பெண்கள் கூட்டு வன்கலவி செய்யப்பட்டார்கள். ஒரே வித்தியாசம் தேசம் குஜராத்தை அமைதியாகக் கடந்து வந்துவிட்டது.

15

கலவரங்கள் - கோடூரங்கள்

டெல்லி, பெங்களூர், தமிழ்நாடு, அகமதாபாத் ஆகிய இடங்களிலிருந்து வந்த 6 பெண்கள் கொண்ட உண்மை அறியும் குழு ஒன்று மார்ச் 2002ன் இறுதியில் 5 நாள்கள் குஜராத்தில் தங்கியிருந்து நிவாரண முகாம்களில் அடைக்கல மாகி இருந்த பாதிக்கப்பட்ட பெண்களைச் சந்தித்து வாங்குமூலங்களைப் பெற்றது. அவர்கள் அதில் பல கொடூரமான அனுபவங் களைப் பகிர்ந்து கொண்டார்கள்.

அதிலிருந்து ஐந்து சம்பவங்களை மட்டும் பார்க்கலாம்.

சம்பவம் ஒன்று.

பஞ்ச்மஹால் மாவட்டத்தில் கோத்ரா சாலையில் அமைந்துள்ளது தெலோல் கிராமம். பந்த் தினமான பிப்ரவரி 28 அன்று காலையில் ஒரு கும்பல் காக்கி அரைக் கால் சட்டையுடன் வந்து இங்கிருந்த முஸ்லிம் வீடுகளைத் தாக்கத் தொடங்க, நிறையப் பேர் வயல்களுக்குச் சென்று ஒளிந்து கொண்டனர்.

இரவு முழுக்க அங்கேயே இருந்துவிட்டு அடுத்த நாள் காலை கிராமத்துக்கு வெளியேயிருந்த ஒரு சுண்ணாம்புக் கால்வாயில் போய் மறைந்து கொண்டனர்.

அங்கும் சிறிது நேரத்தில் கலவர கும்பல் வந்துவிட, ஒரு டெம்போவில் ஏறித் தப்பித்து 7 கிமீ தள்ளி இருந்த அதே மாவட்டத்திலுள்ள கலோல் என்ற டவுனுக்குச் சென்று விடலாம் என்று முடிவு செய்து அங்கிருந்து கிளம்பினர்.

ஆனால் பாதி வழியிலேயே கலவரக் கும்பல் ஒன்று அவர்களின் வேனை மறித்தது. ஆண்களை கம்பிகளாலும் வாட்களாலும் தாக்கத் தொடங்கினர். 'பெண்களின் துணிகளை உருவுங்கள், அவர்கள் நிர்வாணமாகத் தெருவில் போகட்டும்' எனக் கத்தினார்கள். பெண்கள் அருகாமையிலிருந்த வயல்களுக்குள் குதித்துத் தப்பித்தோட முயன்றனர்.

18 வயதுப் பெண் சுல்தானி ஃபெரோஸ் ரஸூல் ஷேக் தன் கைக் குழந்தை ஃபைஸானுடன் தப்பித்துச் செல்லும் போது மாட்டிக் கொண்டாள். அவள் உடைகள் கிழிக்கப்பட்டு கும்பலில் ஒருவர் பின் ஒருவராக வன்புணர்ச்சி செய்தார்கள். அவள் பாதியிலேயே மூர்ச்சையடைந்துவிட்டாள். கடைசியாக அவள் கேட்டது அவள் பக்கத்தில் விழுந்து கதறிக்கொண்டிருந்த அவளது குழந்தையின் அழுகையை.

பிறகு அவளது காலை கூர்மையான ஓர் ஆயுதத்தால் வெட்டி விட்டுச் சென்று விட்டனர். மீண்டும் மயக்கம் தெளிந்து ஏற்கெனவே ஒளிந்திருந்த சுண்ணாம்புக் கால்வாய்க்குப் போய் அங்கேயே இரண்டு நாட்கள் சுயநினைவின்றிக் கிடந்தாள். பிறகு நினைவும் திரும்ப மெல்ல ரோட்டுக்கு வந்து கலோலை நோக்கி நடக்க ஆரம்பித்தாள். அப்போது போலீஸ் பார்த்து அவளை முகாமில் சேர்த்திருக்கிறது.

இரண்டு மாதம் கழித்து அவள் போலீஸ் ஸ்டேஷனில் புகார் அளிக்க வந்தபோது அதற்கு தனி எஃப்ஐஆர் போட முடியாது என போலீஸார் மறுத்து விட்டனர். 'ஒரு ஷாப்பிங் மால் எரிந்து அதில் 100 பேர் இறந்தால் போன ஒவ்வொரு உயிருக்குமா எஃப்ஐஆர் போடுவார்கள்? ஒரு நிகழ்வுக்கு ஒன்றுதான் போட முடியும். இந்த டெம்போ எரிப்பு கேஸுக்கு ஏற்கனவே போட்டாயிற்று உன் வாக்குமூலத்தை அதோடு சேர்த்து விடு கிறோம்' என்பதே போலீஸின் பதிலாக இருந்தது.

இது போல் தான் அந்த சில தினங்களில் குஜராத்தில் நிகழ்ந்த எண்ணற்ற வண்புணர்வுச் சம்பவங்கள் அடையாளமின்றி மறக்கப்பட்டு விட்டன.

சம்பவம் இரண்டு.

ராந்திகாபூர் கிராமத்தைச் (தாகேத் மாவட்டம்) சேர்ந்த 21 வயது இளம் பெண் பில்கீஸ் பேகம். 5 மாத கர்ப்பிணி. அவளுக்கு ஏற்கெனவே ஒரு பெண் குழந்தை இருந்தது, பெயர் சலேஹா. மார்ச் 1 அன்று அவளது கிராமத்தின் ஆதிக்கச் சாதியினர் முஸ்லிம் வீடுகளைத் தாக்கத் தொடங்கினர். பல்கீஸும் அவர் உறவினர்கள் பலரும் தப்பித்து ஓடினர். பல்கீஸ் தவிர அதில் ஷமீன் என்ற நிறைமாத கர்ப்பிணி ஒருவரும் இருந்தார். கர்ப்பிணிகள் இருவரும் நடப்பதே சிரமமாக இருந்திருக்கிறது. ஆனாலும் உயிர் பிழைக்க வேண்டுமென்றால் வேறு வழியில்லை என்ற நிலையில் ஓடினர்.

அங்கிருந்து 6 கிமீ தள்ளி இருக்கும் சுண்டோகி கிராமத்தில் எல்எல்ஏ பிஜால் தாமோதரின் வீட்டில் அடைக்கலம் புகுந்தனர், பின் கௌஜேர் என்ற ஊரில் மசூதியில் வைத்து ஷமீம் ஒரு பெண் குழந்தையைப் பெற்றெடுத்தார்.

அங்கும் தாக்குதல் தொடங்க பிரசவமான பச்சை உடம்புடன் ஷமீமும், கைக்குழந்தையைத் தூக்கிக் கொண்டு மற்றவர்களும் குத்ரா கிராமத்திற்குப் போனார்கள். அங்கே இருந்த ஆதிவாசிகள் அவர்களுக்கு உதவி செய்து அடைக்கலம் கொடுத்தார்கள். ஆனால் அங்கும் ஆபத்து தொடர்ந்ததால், அங்கிருந்து பானிவேலி கிராமத்துக்குப் போகலாம் எனக் கிளம்பினார்கள்.

ஆனால் வழியிலேயே அவர்களை ஒரு வண்டி வழி மறித்தது. அதில் இருந்தவர்கள் அவர்களின் ராந்திகாபூர் கிராமத்தைச் சேர்ந்தவர்கள். அவர்கள் பல்கீஸின் கையிலிருந்த குழந்தையான சலேஹாவைப் பிடுங்கி எறிந்து விட்டு அவரையும் மற்ற பெண்களையும் இழுத்துச் சென்று வன்புணர்வு செய்தார்கள்.

பல்கீஸ் மூர்ச்சை அடைந்தார். அவர் விழித்துப் பார்த்தபோது அவளைச் சுற்றி அவள் உறவினர்கள் இறந்து கிடந்தனர். சலேஹா மற்றும் ஷமீமின் பச்சிளம் குழந்தை இருவரின்மீதும் பாறையைப் போட்டு கொலை செய்திருந்தார்கள்.

அப்படியே நினைவு திரும்புவதும் தப்புவதுமாக இரண்டு நாட்கள் கிடந்தார். பிறகு லிம்கேதா போலீஸ் ஸ்டேஷனி

லிருந்து வந்த குழு அவரைக் காப்பாற்றி முகாமில் சேர்த்தது. நல்லவேளையாய் பல்கீஸ் பேகமின் கருவுக்கு ஏதும் ஆகவில்லை.

பில்கீஸ் பேகம் தேசிய மனித உரிமை ஆணையத்தை அணுகி தன் வழக்கை உச்ச நீதிமன்றத்தில் மறுவிசாரணை செய்யக் கோரி மனு தாக்கல் செய்தார். அதை ஏற்று சிபிஐ மறுவிசாரணை செய்ய உத்தரவிட்டது உச்ச நீதிமன்றம்.

டெல்லி மத்திய தடய அறிவியல் ஆய்வகம் மற்றும் எய்ம்ஸ் மருத்துவமனையிலிருந்து நிபுணர்களைக் கொண்டு ஒரு குழு அமைத்தது சிபிஐ. இதற்கு பேராசிரியர் டாக்டர் டி.டி.தோக்ரா தலைமை வகித்தார். இறந்தவர்களின் சடலங்களைத் தோண்டி இறந்த விதத்தை ஆராய்ந்தது இக்குழு.

வழக்கு குஜராத்துக்கு வெளியே மும்பை நீதிமன்றத்துக்கு மாற்றப்பட்டது. 19 பேர் மீது வழக்குப் பதியப்பட்டது. 6 போலீஸ் அதிகாரிகளும் ஒரு டாக்டரும் குற்றம்சாட்டப்பட்ட னர். ஜனவரி 2008ல் வந்த தீர்ப்பில் 11 பேருக்கு ஆயுள் தண்டனை வழங்கப்பட்டது. போலீஸார் சாட்சிகளை அழித்த தற்காக தண்டனை பெற்றனர்.

சம்பவம் மூன்று.

நரோடா பாட்டியா நுரானி மசூதி அருகில் ஜவான் நகர் இருந்தது. பிப்ரவரி 28 அன்று காலை சுமார் 5,000 பேர் கொண்ட கும்பல் அப்பகுதியைச் சூழ்ந்திருந்தது. பதற்றம் நிலவியதால் முஸ்லிம்கள் எல்லோரும் வீட்டுக்குள் இருந்தார்கள்.

அங்கே அருகில்தான் சிறப்பு ரிசர்வ் போலீஸ் குடியிருப்பு இருக்கிறது. அங்கே அடைக்கலம் தேடிப் போன முஸ்லிம்களை அவர்கள் விரட்டியடித்தனர். 'உங்களை உதைப்பதற்கென்று 24 மணி நேரம் தரப்பட்டிருக்கிறது' என்று அவர்கள் சொன்னதாகத் தெரிகிறது. ஆனால் முஸ்லிம்கள் போக மறுத்ததால் அவர்களை வெளியேற்ற கம்பு, ஹாக்கி மட்டை, இரும்புக் குழாய் கொண்டு தாக்கினார்கள்.

வெளியே பயங்கர ஆயுதங்கள், மண்ணெண்ணெய், பெட்ரோல் கேன்களுடன் ஒரு பெரும் கும்பல் காத்திருந்தது. அவர்கள் வயது வந்த எல்லா ஆண்களையும் அடித்து நொறுக்கி எரிக்க ஆரம்பித் தார்கள். நாளெல்லாம் இது நடந்தது.

பெண்களை எல்லாம் தனியாகப் பிரித்து நிற்க வைத்தார்கள். மாலை அவர்களை நிர்வாணப்படுத்தி கால்களையும் கைகளையும் இருவர் பிடித்துக்கொள்ள 20 - 25 பேர் வன்புணர்வு செய்தார்கள். அந்தப் பெண்கள் பயங்கரமாக கதறிக் கொண்டே இருந்தார்கள். மாலை 6 மணிக்கு ஆரம்பித்து 9 மணி வரை இது தொடர்ந்தது. போலீஸ் தலையிடவில்லை.

பெண்களை விட்டுவிடுமாறு கெஞ்சிய ஆசிஃபைத்தான் போலீஸ் அடித்தது.

சில பெண்கள் மட்டும் அருகே இருந்த கட்டடத்தில் மொட்டை மாடிக்குப் போய் ஒளிந்து கொண்டதால் அவர்கள் உயிர் பிழைத்து சாட்சியம் அளிக்க முடிந்தது.

சம்பவம் நான்கு.

நரோடா பாட்டியாவில் கும்பாஜி நி சாலி என்ற இடத்தில் ஜன்னத் ஷேக் என்ற பெண் வசித்திருந்தார். அவர் குடும்பத்தில் அவர், கணவர், 3 குழந்தைகள் என்ற 5 பேர். பக்கத்து வீட்டில் அவர் மாமியார், மைத்துனர், அவரது மனைவி மற்றும் 3 குழந்தைகள். மொத்தம் 11 பேர். பிப்ரவரி 28ம் தேதி 5,000 பேர் கொண்ட கும்பல் அவர்களை சுற்றி வளைத்துத் துரத்தத் தொடங்கினர். நீண்டநேரம் அங்குமிங்கும் ஓடியும் ஒளிந்தும் தப்பித்து விட்டனர். மாலை 6:30க்கு ஜன்னத் ஷேக் தவிர அவர் குடும்பத்தில் மற்றவர்கள் கலவரக்காரர்களின் கைகளில் சிக்கிக் கொண்டார்கள்.

ஜன்னத் ஷேக் அருகில் ஒரு வீட்டின் மாடியில் உயிருக்கு பயந்து ஒளிந்திருந்து எல்லாவற்றையும் மௌன சாட்சியாக வழியும் கண்ணீருடன் பார்த்திருந்தார். ஜன்னத் ஷேக்கின் கணவரையும், மைத்துனரையும் தலையில் வாளால் வெட்டி சித்ரவதை செய்து பின் எரித்தனர். மைத்துனரின் மனைவியை நிர்வாணப்படுத்தி வன்கலவி செய்தனர். மூன்று மாதக் குழந்தை அவளது மடியிலேயே கிடந்தது. பிறகு அவள்மீது பெட்ரோலை ஊற்றி, அவளையும் குழந்தையையும் எரித்தனர்.

ஜன்னத்தின் மாமியார் நடக்க முடியாததால் வீட்டிலேயே தன் 4 வயது பேரனுடன் இருந்தார். வீட்டில் இருந்த பணம், நகை எல்லாவற்றையும் எடுத்துக் கொண்டு தன்னையும் குழந்தையையும் விட்டு விடும்படி கெஞ்சினார். ஆனால் வெறி பிடித்த

கும்பல் அவரையும் விட்டுவைக்கவில்லை. முதியவரான அவரையும் வன்புணர்வு செய்து, குழந்தையைக் கொன்று, பணத்தையும் எடுத்துச் சென்றது.

அந்தத் தெருவில் இருந்த இளம் பெண்கள் எல்லோரையும் நிர்வாணமாக்கிப் பலாத்காரம் செய்து எரித்தார்கள். 14 வயதுப் பெண் ஃபர்ஸானாவின் வயிற்றில் கழியைச் சொருகிக் கொன்றார்கள். பின்னிரவு 2:30 வரை இதெல்லாம் தொடர்ந்தது. அதன் பிறகு ஆம்புலன்ஸ் வந்தது. ஜன்னத் அதில் ஏறித் தப்பித்தார். ஜன்னத்தின் கணவரும் மகளும் தீக்காயங்களுடன் பிற்பாடு மருத்துவமனையில் இறந்தார்.

போலீஸார் அங்கே இருந்தனர். வேடிக்கை பார்த்தனர். எதையும் தடுக்கவில்லை. எந்த உதவியும் செய்யக்கூடாது என உத்தரவு வந்திருக்கிறது எனத் தெரிவித்தனர்.

சம்பவம் ஐந்து.

பஞ்ச்மஹால் மாவட்டத்தில் எரால் கிராமத்தில் வசித்தவர் மெதீனா முஸ்தஃபா இஸ்மாயில் ஷேக். பிப்ரவரி 28ம் தேதி குஜராத் எங்கும் கலவரங்கள் பரவ, எல்லோரும் பக்கத்திலிருந்த கலோல் பகுதிக்கு இடம் மாறினர். மெதீனாவின் குடும்பம் அங்கே மரியாதைப்பட்ட குடும்பம் என்பதால் அவர்களைத் தாக்க மாட்டார்கள் என்ற நம்பிக்கையில் எங்கும் போகாமல் அங்கேயே இருந்தது.

ஆனால் நிலைமை பதற்றமாக எல்லோரும் வயல்களில் ஒளிந்து கொண்டனர். இரவும் பகலும் இடம் மாற்றிக் கொண்டே இருந்தனர். பிறகு சாகன்பாய் என்பவர் வீட்டில் அடைக்கலம் புகுந்தனர். ஆனால் விஷயம் வெளியே தெரிந்தால் தன் வீடும் தாக்கப்படும் எனப் பயந்து அவர்களை வெளியேறச் செய்தார்.

மார்ச் 1 அன்று 500 பேர் கொண்ட கும்பல் கிராமத்திலிருந்த முஸ்லிம் வீடுகளையெல்லாம் எரித்தது. மெதீனாவின் குடும்பம் ஓர் வயற்கூலியின் குடிசையில் போய் ஒளிந்து கொண்டது. ஆனால் மறுநாள் காலை அதைக் கண்டுபிடித்து விட்டனர்.

அதனால் அவர்கள் குடும்பம் அருகிலிருந்த சோளக்காட்டுக்குள் ஓடித் தப்பிக்க முனைந்தது. சோளக்காட்டிலும் உள்ளே புகுந்து ஒவ்வொருவராகக் கண்டுபிடிக்க ஆரம்பித்தார்கள். தன் மகள்

சபானாவை இருவர் இழுத்துச் செல்வதைப் பார்த்தார் மெதீனா. அவர்கள் குடும்பத்தைச் சேர்ந்த ருக்கியா, சஹானா என்ற இரு இளம் பெண்களையும் கும்பலாக இழுத்துச் சென்றனர். சபானா, ருக்கியா, சஹானா மூவரின் அலறல்கள் தொடர்ந்து சோளக் காட்டிலிருந்து கேட்டவாறு இருந்தன.

‘எல்லாவற்றையும் துண்டு துண்டாக்குங்கள், ஒரு ஆதாரமும் விட்டு வைக்காதீர்’ என்ற குரல்கள் கேட்டன. பிறகு சோளக் காட்டின் மத்தியில் நெருப்பு கொழுந்து விட்டு எரிய ஆரம் பித்தது. அவர்கள் மெல்ல அவ்விடத்தை விட்டு அகன்றனர்.

சோளக்காட்டில் இருந்த மெதீனாவும் உயிர் பிழைத்த சிலரும் வெளியே வந்தனர்.

‘வாழ்க்கை என்றால் என்னவென்றே தெரியாத பூப்போன்றவள் என் மகள். அவளுக்கு ஏன் இதை அவர்கள் செய்தனர்? என்ன வகையான மனிதர்கள் இவர்கள்? என் செல்ல மகளை அந்த மிருகங்கள் கந்தல் கந்தலாகக் கிழித்து எறிந்து விட்டார்கள்’ என்று கதறுகிறார் மெதீனா.

அவளது மாமனார் கொல்லப்பட்டிருந்தார், சில குழந்தைகள் மட்டும் உயிரோடு இருந்தனர். அவர்கள் நடந்த எல்லா வற்றையுமே நேரில் பார்த்திருந்தனர்.

குஷ்பு என்ற பெண் குழந்தை என்னவென்றே புரியாமல் தான் பார்த்ததை விவரிக்கிறது: ‘ருக்கியாவின் பைஜாமாவை உருவிப் போட்டு விட்டு ஒவ்வொரு ஆளாக அவளது வயிற்றுக்குக் கீழே தங்கள் உடம்பால் உந்தினார்கள்.’

16

கலவரங்கள் - தகர்க்கப்பட்ட நினைவுகள்

குஜராத்தைப் பிரிவதென் மார்பில் முட்கள் தைக்கிறது
நெருப்பிலிட்ட என் இதயம் நெஞ்சில் எட்டி மிதிக்கிறது
பிரிந்து வாழும் ரணத்தைக் குணமாக்கும் மருந்தேது
நாடு கடத்தும் வாளென் இதயத்தை ஆழப்பிளக்கிறது
என் கால்கள் நொண்டின, துக்கத்தில் சோர்ந்தேன்
அனலிட்ட மயிராய் விரைந்து கருகியதென் இதயம்

*

கடவுளின் கருணைக்கு நன்றி, ஓ வாலி!
அவனென் மனவெழுச்சியைக் காத்திருக்கிறான்
கணமேனும் குஜராத்தை மறுபடி காணும்
ஆசையிலென் இதயம் இன்னும் துடித்திருக்கும்.

- வாலி குஜராத்தி, 17ம் நூற்றாண்டு உருதுக் கவி

(டர் ஃபிராக்-இ-குஜராத் என்ற கவிதையின் மொழி பெயர்ப்பு)

***2002* குஜராத் கலவரங்களின் போது குடியிருப்புப் பகுதிகள், வியாபார இடங்கள் மட்டுமல்ல முஸ்லிம்**

மதத்தினரின் புனித ஸ்தலங்களும் தாக்கப்பட்டன. பல மசூதிகள், தர்காக்கள், மதராஸாக்கள் இடித்துத் தரைமட்ட மாக்கப்பட்டன.

ஆரம்பத்திலிருந்தே இந்து மத வெறியர்களுக்கு முஸ்லிம் புனித ஸ்தலங்களை அழித்தொழிப்பதில் அலாதி ப்ரியம் இருப்பது எல்லோருக்கும் தெரிந்ததே. 1992ல் பாபர் மசூதி இடிப்பு ஓர் உதாரணம். 2002லும் அதேதான் குஜராத்தில் நடந்தது.

மேற்கண்ட கவிதையை எழுதிய வாலி குஜராத்தி குஜராத்தின் மீது மிகுந்த பிரேமை கொண்டவர். அவர் புகழ் பெற்ற சூஃபி துறவியும் கூட. 1707ம் ஆண்டு அவரது மறைவுக்குப் பிறகு அகமதாபாத் மக்கள் அவர்மீது கொண்ட அன்பின் காரணமாக அவரது நினைவாக அங்கு ஒரு சிறிய தர்கா அமைத்தனர்.

சாலைக்குக் குறுக்கே கிட்டத்தட்ட முந்நூறு ஆண்டுகளாக நின்று கொண்டிருந்த அந்த நினைவுச்சின்னத்தை பல தரப்பு மக்களும் பார்வையிட்டும் வணங்கியும் சென்றிருக்கின்றனர். உண்மையில் அது முஸ்லிம் மதச்சின்னமாகக் கருதப்படவே இல்லை. குஜராத்தின் பொதுவான கலாசார அடையாளம் தான். அகமதாபாத் சந்தித்த எந்தக் கலவரத்தின் போதும் வாலி குஜராத்தி தர்கா சேதமுறவில்லை.

ஆனால் 2002 கலவரங்களின் போது அது உருத்தெரியாமல் சிதைக்கப்பட்டது.

போலீஸ் தலைமையகத்துக்கு நேர் எதிரேதான் இந்த வாலி குஜராத்தி தர்கா அமைந்திருந்தது. போலீஸ் கண்ட்ரோல் ரூமிலிருந்து பார்த்தால் இந்த தர்கா தெளிவாகப் பார்வைக்குக் கிடைக்கும். ஆனால் இது காப்பாற்றப்படவில்லை.

இடித்ததோடு அல்லாமல் அந்த இடத்தில் ஒரு பெரிய அனுமார் படத்தையும் வைத்தனர். பிற்பாடு சில அரசு அலுவலர்களால் இந்தப் படம் அகற்றப்பட்டது.

சில வருடங்களுக்கு முன் சமூக ஆர்வலர்கள் சிலர் மறுபடி அந்த இடத்தில் தர்காவை நிறுவ முயற்சிகள் எடுத்த போது முன்ஸிபாலிட்டி அதற்கு அனுமதி மறுத்து விட்டது. அதற்கு சொல்லப்பட்ட காரணம்: 'அங்கே அப்படி ஒரு தர்கா இருந்த தற்கான எந்த அதிகாரப்பூர்வ ஆவணமும் அரசிடம் கிடையாது'.

இப்படி கண்முன் பல்லாண்டுகளாக மக்களின் நம்பிக்கையில் உறைந்த ஒரு நினைவுச் சின்னத்தையே அழித்தொழித்து விட்டு அப்படி ஒன்று இருந்ததற்கே ஆதாரம் இல்லை என நாக்கூசாமல் பதிலிறுத்தது குஜராத் மாநில அரசு.

அகமதாபாத்தின் கிழக்குப் புறநகர் பகுதி இஸான்பூர். அங்கே இருந்த மாலிக் அஸின் மசூதி புல்டோஸர் மட்டும் கிரேன் உதவியுடன் தரைமட்டமாக்கப்பட்டது. 15ம் நூற்றாண்டில் முகமது பெகதா என்பவரின் ஆட்சிக்காலத்தில் கட்டப்பட்டது இது. இந்திய தொல்பொருள் ஆராய்ச்சித் துறையின் கட்டுப் பாட்டில் ஒரு பாரம்பரிய நினைவுச் சின்னமாகப் பாதுகாக்கப் பட்ட வந்த கட்டடம் இது.

வடோதராவில் ஃபயஸ் கான் என்ற 19ம் நூற்றாண்டு இந்துஸ்தூனி சங்கீத விற்பன்னரின் நினைவாகக் கட்டப்பட்ட நினைவுக் கட்டடமும் இடித்து நொறுக்கப்பட்டது. அதே வடோதராவில் நஸீர்மயா கானம் என்ற முஸ்லிம் பண்டிதரின் வீடு தாக்கப்பட்ட போது பல அரிய கையெழுத்துப்படிகள் அழிந்தன. அவர் சேகரித்து வைத்திருந்த பல அரிய நாணயங்கள் கொள்ளையடிக்கப்பட்டன. அவரும் அவர் குடும்பத்தாரும் வீட்டை காலி செய்து விட்டு ஓடினர்.

அகமதாபாத்தின் அடையாளமான சிதி சையத் மசூதியும் தாக்கப்பட்டது.

மாநில உளவுத்துறையின் கணக்குப்படி இந்தக் கலவர தினங்களில் 302 தர்காக்கள், 209 மசூதிகள், 30 மதராசாக்கள் தாக்கப்பட்டன. மாநில அரசோ கலவரங்களின்போது முஸ்லிம் வரலாற்றுச் சின்னங்களுக்கு நேர்ந்த பாதிப்பு மிகக் குறைந்த அளவிலானதே, 17 கோயில்களும் 3 தேவாலயங்களும்கூடத் தாக்குதலுக்கு உள்ளானது என மிகச் சாதாரணமாகப பதில் கணக்கு சொல்லி இந்த அழிப்புகளை நியாயப்படுத்தியது.

நிலைமையை நேரில் ஆராய்ந்த தேசிய மனித உரிமைகள் ஆணையம் உடைபட்ட நினைவுச் சின்னங்களைப் புதுப்பித்து முஸ்லிம் சமூகத்திடம் ஒப்படைக்கும் பொறுப்பை அரசே ஏற்க வேண்டும் என்று சிபாரிசு செய்தது. ஆனால் இன்றுவரையிலும் மிகக் குறைந்த எண்ணிக்கையில் பெயரளவுக்கு மட்டுமே சில இடங்கள் சரி செய்யப்பட்டிருக்கின்றன. அரசு இதை ஒரு கண்துடைப்பு நடவடிக்கையாகவே செய்தது.

இவை பிரபல உதாரணங்கள் மட்டுமே. இதே பால் பாரம் பரியம் மிக்க எண்ணற்ற முஸ்லிம் நினைவகங்கள், கட்டடங்கள் ஆகியவற்றை அழிப்பதில் முனைப்புக் காட்டினர் இந்துத்துவக் கலவரக்காரர்கள். அவர்களின் கலை மற்றும் கலாசார அடை யாளங்களை அழிப்பதன்மூலம் இஸ்லாத்தையே ஒழித்துவிட்ட வக்கிரக் கிளர்ச்சியும் ரகசியத் திருப்தியும் அவர்களுக்குக் கிடைத் திருக்கக்கூடும். வணங்க இடமில்லாமல் முஸ்லிம்கள் இந்துக் களாவர் என நினைத்தார்களோ!

17

கலவரங்கள் - தலித்துகள், ஆதிவாசிகள்

குஜராத் முழுக்க கலவரஙகள் நடந்து கொண் டிருந்த பிப்ரவரி 27 முதல் மார்ச் 4 வரையிலான தேதிகளில் குஜராத்தின் கிழக்கு எல்லை அமைதி யாகவே இருந்தது.

அதுதான் குஜராத்தி ஆதிவாசிகள் வசிக்குமிடம் (பஞ்ச்மஹால் மாவட்டம் மட்டும் விதிவிலக்கு. ஏனெனில் கோத்ரா அதற்கு அருகில் இருந்தது). பிற இடங்களில் இந்துக்களும் முஸ்லிம்களும் ஆதிவாசிகளும் அமைதியாகவே இருந்தனர்.

நகரங்களில் கலவரங்கள் வெடித்ததால் மூட்டை முடிச்சுகளுடன் தம் சொந்த கிராமங்களை நோக்கி நடந்தே வந்தனர் ஆதிவாசிகள் சிலர். போக்குவரத்து தடை செய்யப்பட்டிருந்தது. சிலர் 100 கிமீ வரை கூட நடக்க வேண்டி இருந்தது.

குஜராத்தின் வரலாற்றைப் பார்த்தால் இந்து - முஸ்லிம் கலவரங்களில் தலித் மற்றும் ஆதிவாசி களின் பங்கு என்பது பொதுவாக இல்லவே இல்லை என்றே சொல்ல வேண்டும். ஆனால்

2002 கலவரங்களில் தலித்துகளும் ஆதிவாசிகளும் பெருமளவில் முஸ்லிம்களுக்கு எதிராகக் கலவரங்களில் ஈடுபட்டனர்.

இதற்காக நீண்ட கால அடிப்படையில் தலித்துகளும் ஆதிவாசி களும் இந்துத்துவக் கட்சிக்காரர்களால் திட்டமிட்டே தயார் படுத்தப்பட்டார்கள் என்றால் அதில் மிகையில்லை.

பஞ்ச்மஹால், கேதா, தோஹாத், ஆனந்த், சபர்கந்தா, வடோதரா, மேஹ்சனா போன்ற ஆதிவாசிகள் கணிசமான அளவில் வசித்த மாவட்டங்களில்தான் இது அதிகமாக நடந்தது. இங்கிருந்த கிராமங்களில் போஹ்ரா இன முஸ்லிம்கள் சிறு வியாபாரம் நடத்தி வந்தனர். அங்கிருந்த பெரும்பாலான ஆதிவாசிகள் இவர் களை நம்பித்தான் தம் தினசரிகளை ஓட்டி வந்தனர். அதிக வட்டிக்கு போஹ்ரா இன முஸ்லிம்கள் ஆதிவாசிகளுக்குக் கடன் கொடுத்தார்கள். ஆனால் அது குறித்த எந்தப் பெரிய அளவிலான எதிர்ப்பும் ஆதிவாசிகள் தரப்பில் இல்லை. இரு சாராருமே இணக்கமாகத்தான் பல்லாண்டுகளாகச் சேர்ந்து வாழ்ந்து வந்தனர்.

ஆதிவாசிகள் குஜராத்தின் மொத்த மக்கள் தொகையில் 15%. தேர்தல்களில் குறைந்தது 12 மாவட்டங்களில் இவர்களால் கணிசமான பாதிப்பை ஏற்படுத்த முடியும். நீண்டகாலமாக காங்கிரஸ்தான் பொதுவாக இவர்களின் ஓட்டு வங்கியைப் புத்திசாலித்தனமாகப் பயன்படுத்தி வெற்றி பெற்று வந்தது.

இருபது ஆண்டுகளாக (2002ல்) விஷ்வ ஹிந்து பரிஷத் உள் ளிட்ட இந்துத்துவ இயக்கங்கள் இந்த ஆதிவாசி பிராந்தியங்களில் அவர்களுக்கு ஆதரவாக இயங்கி வந்தன. அதற்கு முன்பு கிறிஸ்தவ மிஷனரிகள் இவர்களிடம் நெருக்கமாக இருந்து கல்வி, மருத்துவம் போன்றவற்றை சலுகையாக வழங்கி வந்தன.

கிறிஸ்தவ மிஷனரிகளிடமிருந்து ஆதிவாசிகளைப் பிரித்து, அந்த ஆதரவைத் தம் பக்கம் திருப்புவதுதான் இந்துத்துவ சக்திகளின் விருப்பமும் குறிக்கோளும்.

அடிப்படையில் குஜராத்தி ஆதிவாசிகள் தம்மை எந்த குறிப் பிட்ட மதத்துடனும் அடையாளப்படுத்திக் கொள்வதில்லை. ஆனால் அவர்கள் மனதில் கிறுஸ்தவ மற்றும் முஸ்லிம் வெறுப்பை விதைப்பதே இந்து இயக்கங்களின் நோக்கம்.

ஆதிவாசிகளுக்கு கொடுக்கப்படும் அரசாங்கத்தின் சலுகைகள் சரியாக அவர்களைச் சென்றடையாமல் இடையிலிருக்கும் தரகர் களும், அரசியல்வாதிகளும், அரசாங்க பணியாளர்களுமே உண்டு கொழுத்தனர். இந்துத்துவாக்காரர்கள் முதலில் இந்தப் பிரச்னையைக் கையில் எடுத்துக் கொண்டு சலுகைகள் ஆதிவாசி களைச் சரியாகச் சென்றடையுமாறு ஏற்பாடு செய்தனர். இது அவர்களை ஆதிவாசிகளுக்கு நெருக்கமானவர்களாகவும் நம்பிக்கைக்கு உரியவர்களாகவும் ஆக்கியது.

இது போக போஹ்ரா முஸ்லிம்கள் இவர்களிடம் வட்டிக்கு விட்டு பெரும் பணம் சம்பாதிப்பதைப் பார்த்து பனியா இந்துக் களும் இந்த ஆதிவாசி கிராமங்களில் பெட்டிக்கடைகள் திறந்து வட்டித்தொழில் தொடங்கினர். இதனால் மக்கள் இந்து வியாபாரிகளிடமும் விசுவாசமாக இருக்கத் தொடங்கினர். காங்கிரஸின் தேர்தல் வெற்றி இதனால் பாதிக்கப்படவில்லை என்ற போதிலும் முன்பு போல் மிகச்சுலபமாக ஜெயிக்க முடிய வில்லை. மெனக்கெட வேண்டியிருந்தது.

1995 மற்றும் 1998 சட்டசபை தேர்தல்களில்கூட, பரவலாக பாஜக ஆதரவு அலை தேசம் முழுக்கவும் குஜராத்திலும் வீசிக் கொண்டிருந்த அந்தக் காலகட்டத்தில்கூட காங்கிரஸ் இந்த ஆதிவாசி பகுதி தொகுதிகளைத் தக்க வைத்துக்கொண்டது.

2002 கலவரங்களின்போது இந்துத்துவ கட்சிகள் ஆதிவாசிகளை முஸ்லிம்களுக்கு எதிராகத் திருப்ப முயற்சி செய்தார்கள். நாட்டுச் சாராயமும் நிறையப் பணமும் அவர்களுக்கு வழங்கி முஸ்லிம் களுக்கும் எதிரான வன்முறையில் ஈடுபட வைத்தார்கள். கலவரங்களின்போது அவர்கள் கொள்ளையடிக்கும் பொருட்கள் யாவும் அவர்களுக்கே சொந்தம் என்று சலுகை வழங்கினார்கள்.

பணத்துக்கு ஆசைப்பட்ட அந்த ஏழை மக்களும் மிக இயல்பாக கலவரத்துக்குத் தூண்டப்பட்டார்கள். எல்லாவற்றுக்கும் மேலாக ஆதிவாசிகள்மீது எதிர்காலத்தில் போலீஸ் நடவடிக்கைகள் ஏதும் இல்லாமல் தப்பிக்க கலவரத்தில் ஈடுபடுவதே ஒரே வழி என மிரட்டப்பட்டனர். போதை, பணம், பயம் என எல்லா ஆயுதங்களும் பிரயோகிக்கப்பட்டே ஆதிவாசிகளை முஸ்லிம் களுக்கு எதிராக கொம்பு சீவி விட்டனர் இந்துத்துவா இயக்கத் தினர். அந்த உத்தி நன்கு வேலை செய்தது.

தோஹாத் மாவட்டம் பாண்டவர்வாடா கிராமம் கான்பூர் போலீஸ் ஸ்டேஷனின் கட்டுப்பாட்டின்கீழ் வருகிறது. அது ஓர் ஆதிவாசி கிராமம். அங்கே இருந்த பெரும்பாலானோர் விவசாயி கள். அங்கேயே ஒரு போலீஸ் சாவடி அமைத்து சில போலீஸாரும் பணிக்கு இருந்தனர். அங்கே பொதுவாக எந்த மதக் கலவரங் களும் நடந்ததில்லை. அங்கிருக்கும் மார்க்கெட் ஒன்றுக்கு பாபர் மசூதி இடிப்புச் சம்பவத்தையொட்டி அயோத்யா சௌக் என்றுகூட பெயர் வைத்தார்கள். ஆனாலும் ஆதிவாசிகள் அங்கிருந்த 50 முஸ்லிம் குடும்பங்களோடு அமைதியாக வாழ்ந்தனர்.

ஆனால் 28 பிப்ரவரி பந்த் அன்று பாண்டர்வாடா கிராமம் அமைதியாகவே இருந்தது. மறுநாள் மார்ச் 1 அன்று இந்துக் களால் ஆதிவாசிகளைத் தூண்டி விட முடிந்தது. சுமார் 4,000 பில் ஆதிவாசி இன மக்கள் இந்தக் கிராமத்திலிருந்த முஸ்லிம் குடியிருப்புகளை சூழ்ந்து கொண்டனர். பயன்படக்கூடிய எல்லாப் பொருள்களும் கொள்ளையிடப்பட்டன. மற்றவை எரித்து அழிக்கப்பட்டன.

அங்கிருந்த இரண்டு உள்ளூர் தலைவர்கள் பயந்த முஸ்லிம் மக்களுக்கு தம் வயல்களில் அடைக்கலம் வழங்கினார். ஆனால் கலவரக் கும்பல் அந்த மறைவிடத்தையும் தேடி வந்தது. போலீஸ் சாவடியிலிருந்து இது குறித்த தகவல் போலீஸ் ஸ்டேஷனுக்கு அனுப்பப்பட, சப் இன்ஸ்பெக்டர் ரத்தோட் போலீஸ் படையுடன் பிற்பகல் அந்த இடத்தை அடைந்தார். அவரும் அதிரடியாக எதையும் செய்யவில்லை. கண்ணீர்ப் புகைக் குண்டுகள் வீசப்பட்டன. ஆனால் கும்பல் கலையவில்லை. பின்னர் அந்தப் பக்கம் வந்த தாசில்தாரின் உத்தரவின் பேரிலேயே வானத்தில் ஏழு ரவுண்ட் துப்பாக்கி ரவைகள் சுடப்பட்டன. ஆனால் எந்தப் பயனும் இல்லை. ஆதிவாசி கலவர கும்பல் திட்டமிட்டபடி அனைத்தையும் அதற்குள் செய்து முடித்திருந்தது.

இந்தக் கலவரங்களில் 24 பேர் கொல்லப்பட்டதாக போலீஸ் கணக்கு சொல்கிறது. தப்பிப் பிழைத்த சிலர் 6 மணி நேரங் களுக்குப் பின் லூனாவாடாவில் இருந்த நிவாரண முகாமுக்கு போலீஸாரால் அழைத்துச் செல்லப்பட்டனர்.

எல்லா இடங்களைப் போலவும் இங்கும் எஃப்ஐஆர் குழப்ப மாகவே பதியப்பட்டது. அருகாமை கிராமங்களில் நடந்த வன்முறைச் சம்பவங்களும் சேர்த்து ஒரே எஃப்ஐஆர் மட்டுமே

பதியப்பட்டது. யார் தாக்கினார்கள் என்பது குறித்து அதில் தெளிவான தகவல்கள் இல்லை. கண்ணால் கண்ட நேரடியான வலுவான சாட்சியங்கள் இருக்கும்போது அவர்களின் வாங்கு மூலங்கள் பெறப்படவில்லை. குற்றவாளிகளை அடையாளம் காட்டும் பரேடு ஏதும் நடக்கவில்லை. ஆதிவாசிகளைத் தூண்டி விட்டது யார் என்பதற்கும் எந்த பதிலும் இல்லை.

★

இந்துத்துவ சக்திகளால் தூண்டப்பட்டு அல்லாமல் தாமாகவே ஆதிவாசிகளால் முஸ்லிம்கள் தாக்கப்பட்ட சம்பவங்களும் சில நடந்தன.

கோத்ரா ரயில் எரிப்புச் சம்பவம் நடந்து முழுதாக 5 நாட்கள் கழித்து அதற்கு பதிலடி கொடுக்கும் முகமாக மார்ச் 4 அன்று மாலை வடோதராவில் உள்ள தேஜ்காத் என்ற ஆதிவாசி கிராமத்தில் ஒரு முஸ்லிம் கடை எரிக்கப்பட்டது. (தேஜ்காத்தில் 75% ஆதிவாசிகள், 15% இந்துக்கள், மீதி 5% முஸ்லிம்கள்).

அதைத் தொடர்ந்து அன்றைய இரவில் கிராமம் முழுக்க நிறைய முஸ்லிம் கடைகள் கொள்ளையிடப்பட்டன, எரிக்கப்பட்டன. ஆனால் நகரங்களில் நடந்ததுபோல் இவை எதுவும் திட்டமிட்டு நடத்தப்படவில்லை. எந்த ஒருங்கிணைப்பும் இல்லாமல் இயல்பான கோபத்தின் வெளிப்பாடாக அவை நடத்தப்பட்டன.

தேஜ்காத் ஆதிவாசிகள் பக்கத்து கிராமத்து முஸ்லிம்களை மிரட்டி இருக்கிறார்கள். இதை தேஜ்காத்திலிருந்த முஸ்லிம்கள் கடுமையாக எதிர்த்திருக்கிறார்கள். இது ஆதிவாசிகளைக் கோபமூட்டிவிட்டது. இதுதான் கலவரங்களுக்குக் காரணம்.

இந்தக் கலவரம் மெல்ல பக்கத்து கிராமங்களுக்கும் பரவியது. முக்கியமாக பான்வாட் என்ற கிராமத்திலும் இதேபோல் வன்முறைச் சம்பவங்கள் நடந்தன.

★

தலித்துகள் தனிப்பட்டு தாமாக 2002ல் எந்தக் கலவரங்களிலும் ஈடுபடவில்லை.

இந்துத்துவா இயக்கங்களைப் பொருத்தவரை ஆரம்பத்தில் அவர்கள் தலித்துகள், முஸ்லிம்கள் இருவரையுமே

வெறுத்தார்கள். ஆனால் அதன் காரணமாக பல தலித்துகள் முஸ்லிம்களாகவும் கிறிஸ்தவர்களாகவும் மதம் மாறிய சம்பவங்கள் நடந்தன. அதனால் பஜ்ரங் தள், விஷ்வ ஹிந்து பரிஷத் போன்ற இயக்கங்கள் பிற்பாடு அவர்களையும் கொஞ்சம் அரவணைத்துப் போகத் தொடங்கின.

இதனால் தலித்துகளும் இந்த இயக்கங்களில் பங்கெடுக்கத் தொடங்கினர். அதன் நீட்சியாகவே தலித்துகள் குஜராத் கலவரங் களின்போது முஸ்லிம்களுக்கு எதிராக வன்முறைகளில் ஈடுபட்ட னர். அதாவது தலித்துகள் தலித் என்ற அடையாளத்துடன் அல்லாது இந்து என்ற அடையாளத்துடன்தான் கலவரத்தில் பங்கெடுத்தனர்.

சில தலித்துகள் அம்பேத்காரின் கொள்கைகளைப் பின்பற்று பவர்கள் கலவரத்தில் பாதிக்கப்பட்ட முஸ்லிம்களைக் காக்கும் செயல்களில் ஈடுபட்டனர். 2001ல் குஜராத்தில் முஸ்லிம் பணி யாளர்கள் பஜ்ரங் தள் கட்சியினரால் பயமுறுத்தப்பட்ட போது இந்த வகையான அம்பேத்காரிய பின்புலத்திலிருந்து வந்த தலித்கள் முஸ்லிம்களுக்கு ஆதாரவாக வலுவாகக் குரல் கொடுத் தனர். 2002 கலவரங்களின் போதான ஆதரவையும் இந்த அடிப்படையிலானதாகவே பார்க்க முடிகிறது.

ஒட்டுமொத்தமாகப் பார்த்தால் தலித் மற்றும் ஆதிவாசிகளின் பங்கு என்பது 2002 குஜராத் கலரங்களில் குறைவானதே என்றாலும் முதன் முறையாக அவர்கள் பங்கெடுத்தது என்ற வகையில் இது அதிர்ச்சிகர முக்கியத்துவம் பெறுகிறது.

18

கலவரங்கள் - இந்துக்கள், இன்னபிற

ஹியூமன் ரைட்ஸ் வாட்ச் அமைப்பு மனித உரிமைகளுக்காக சர்வதேச அளவில் இயங்கி வரும் அரசு சாரா அமைப்பு. இதன் தலைமையகம் அமெரிக்காவின் நியூ யார்க்கில் அமைந்திருக்கிறது. அதன் பிரதிநிதிகள் குழு ஒன்று குஜராத் வந்து நிலைமையை நேரில் ஆராய்ந்தது.

குஜராத் கலவரங்களில் சுமார் 10,000 இந்துக்கள் இடம் பெயர்ந்ததாக அதன் அறிக்கை குறிப்பிடுகிறது. முஸ்லிம்கள் பதில் தாக்குதல் நடத்துவார்கள் என்ற பயம் ஒரு புறமும் முஸ்லிம்கள் என நினைத்து இந்துக்களால் தாக்கப்படுவோம் என்ற பயம் இன்னொரு புறமும் இதற்குக் காரணமாக இருந்திருக்கிறது.

கணிசமான இந்துக்கள் தம் வீடுகள் மற்றும் கடைகளின் முன்னால் காவிக் கொடி அல்லது இந்து தெய்வங்களின் படங்களை மாட்டி வைத்து தங்களை இந்துக்கள் எனக் கலவரக்காரர்களிடம் வெளிப்படையாக அடையாளப் படுத்திக் கொண்டனர்.

பிரதான கலவரங்கள் முஸ்லிம்கள் மீது நடத்தி முடிக்கப்பட்ட அரை மாதம் கழித்து மார்ச் 17 அன்று முஸ்லிம்கள் தலித்துகள் மீது தாக்குதலில் ஈடுபட்டனர். இந்தக் கலவரங்களில் சபர்கந்தா மாவட்டம் ஹிம்மத் நகரில் ஒருவர் இறந்தார். அவரது கண்கள் தோண்டி எடுக்கப்பட்டிருந்தன. தொடர்ந்து அகமதாபாத்தின் சிந்தி மார்க்கெட், பந்தேரி போலே போன்ற பகுதிகளும் முஸ்லிம்களின் தாக்குதலுக்கு உள்ளாயின. அகமதாபாத்தின் ஜமல்பூரில் முஸ்லிம்கள் திருப்பித் தாக்கியதால் 25 இந்துக்கள் காயமடைந்தனர், 5 வீடுகள் இடிக்கப்பட்டன.

ஆனால் இந்துக்களின்மீதான தாக்குதலில் போலீஸ் உடனடியாகச் செயலாற்றினர். முதல்வர் மோடி நேரில் வந்து பாதிக்கப் பட்ட பகுதிகளைப் பார்வையிட்டார்.

பெரும்பான்மையான இந்துக்கள் கொல்லப்பட்டது முஸ்லிம் களால் அல்ல. போலீஸின் துப்பாக்கிச் சூட்டிலும் இந்துக் கலவரக்காரர்களாலும்தான் அவர்கள் கொல்லப்பட்டனர். முஸ்லிம்கள் எனத் தவறாக நினைத்து அவர்கள் தாக்கப் பட்டிருந்தனர். சிலர் முஸ்லிம்களுடன் நெருக்கமாகவோ அல்லது ஆதரவாகவோ இருந்ததால் அவர்களையும் கலவரக் காரர்கள் கொன்றனர்.

மார்ச் 5 அன்று அகமதாபாத்தில் கிடைத்த 249 சடலங்களில் 30 பேர் இந்துக்கள். இதில் 13 பேர் போலீஸ் சுட்டு இறந்தவர்கள், மீதிப் பேரில் பெரும்பாலும் முஸ்லிம் கடைகளை அல்லது குடியிருப்புகளைத் தாக்கும் போது சிக்கிக்கொண்டவர்கள். ஆனால் இதில் 24 முஸ்லிம்களை போலீஸ் சுட்டுக் கொன்றனர். இத்தனைக்கும் அந்த தினங்களில் அகமதாபாத்தில் முஸ்லிம்கள் இந்துக்கள்மீது குறிப்பிடத்தகுந்த பதில் தாக்குதல் எதிலும் ஈடுபடவில்லை.

ஒட்டுமொத்தமாகப் பார்த்தால் 2002 குஜராத் கலவரங்களில் இந்துக்கள் முஸ்லிம்களால் நேரடியாக பாதிக்கப்பட்ட நிகழ்வுகள் மிக மிகக்குறைவே.

★

அயோத்தியில் ராமர் கோயில் கட்டும் பணிகள் தொடங்குவதன் அடையாளமாக மார்ச் 15 அன்று பூமி பூஜை செய்வதாக விஷ்வ ஹிந்து பரிஷத் அறிவித்திருந்தது.

இது பற்றி காஞ்சி ஜெயேந்திரர் பிரதமரைச் சந்தித்துப் பேசினார். விஷ்வ ஹிந்து பரிஷத் காஞ்சி ஜெயேந்திரரிடம் அயோத்தியில் பிரச்சனைக்குட்பட்ட நிலத்தில் அல்லாமல் வெளியே அடையாள பூமி பூஜை நடத்துவதற்கு ஒப்புக்கொண்டது. இதை அனுமதிப்பதற்கு மத்திய அரசு ஆலோசித்தது. ஆனால் அகில இந்திய முஸ்லிம் தனிநர் சட்ட வாரியம் இதை ஒப்புக் கொள்ள மறுத்து விட்டது.

பூமி பூஜைக்குப் பதிலாக சிலா தான நிழ்ச்சி நடத்தப்படும் என ராமஜன்மபூமி நியாஸின் தலைவர் ராமச்சந்திர பரம்ஹம்ஸ் அறிவித்தார். சர்ச்சைக்குரிய இடத்தில் பூமி பூஜை, சிலா தானம் எதுவும் செய்யக்கூடாது என உச்ச நீதிமன்றம் தடை விதித்தது. சிலா தான நிகழ்ச்சியைத் தடுத்தால் விஷ்வ ஹிந்து பரிஷத் கட்சிக்காரர்கள் போராட்டம் செய்து சிறை நிரப்புவார்கள் என அதன் தலைவர் அஷோக் சிங்ஹால் அறிவித்தார். ராமஜன்மபூமி நியாஸின் தலைவர் ராமச்சந்திர பரம்ஹம்ஸ் சிலா தானம் தடுக்கப்பட்டால் உயிரை விடுவேன் என அறிவித்தார்.

கோயில் கட்டத் தொடங்கப் போவதாக விஷ்வ ஹிந்து பரிஷத் அறிவித்த மார்ச் 15 அன்று அது நடக்காமல் அயோத்தியில் சர்ச்சைக்குரிய இடத்திலிருந்து 1 கிமீ தொலைவில் திகம்பர் அகாரத்தில் சிலா தானம் நடத்தப்பட்டது. இதை அடுத்து அயோத்திக்கு வரும் கரசேவகர்களுக்கு பாதுகாப்பு அளிக்கவும் தடைகளை நீக்கவும் அஷோக் சிங்ஹால் காலவரையற்ற உண்ணாவிரதம் தொடங்கினார்.

கோத்ரா ரயில் எரிப்பில் உயிரிழந்தவர்களின் சாம்பலை நாடு முழுவதும் 750 இடங்களுக்கு எடுத்துச் செல்லும் அஸ்தி யாத்திரையை நடத்தப்போவதாக விஷ்வ ஹிந்து பரிஷத் அறிவித்தது. இதற்கு மத்தியில் பாஜக தலைமையில் ஆண்ட தேசிய ஜனநாயகக் கூட்டணிக்குள் எதிர்ப்பு எழுந்து பாராளு மனறத்தில் மோதல் நடந்தது. விஷ்வ ஹிந்து பரிஷத் அஸ்தி யாத்திரையை ஒத்தி வைத்தது.

★

குஜராத் கலவரங்களுக்கு அமைதி முயற்சிகளில் ஈடுபட்ட நடுநிலையாளர்களும் கலவரக்காரர்களால் தாக்குதலுக்கு, தொந்தரவுக்கு, உளைச்சலுக்கு உள்ளாயினர்.

மார்ச் முதல் வாரத்தில் புகழ்மிக்க அகமதாபாத் ஐஐஎம்மில் பேராசிரியர்களும் மாணவர்களும் இணைந்து மத நல்லிணக்கம் வேண்டி கல்லூரி வளாகத்துக்குள் அமைதியான முறையில் ஒரு நாள் சத்தியாக்கிரகப் போராட்டத்தைத் தொடங்கினர். ஆனால் ஒரு வன்முறை கும்பல் உள்ளே புகுந்து கொடிகளைக் கிழித்து, தட்டிகளை உடைத்து, அவர்களைத் தாக்கி, போராட்டத்தை கைவிடச் செய்தது.

அகமதாபாத் குடிமக்கள் கவுன்சில் அமைதி வேண்டி நகரத்தில் சில தட்டிகளை, சுவரொட்டிகளை வைக்க முயன்றது. அது மிரட்டலுக்குப் பணிந்து தடைபட்டது.

2002 ஏப்ரல் 7 அன்று சபர்மதி ஆசிரமத்தில் இரு தனித்தனி குழுக்களால் குஜராத் கலவரங்களை முன்வைத்து சமூக நல்லிணக்கத்தை வலியுறுத்தி கூட்டங்கள் ஏற்பாடாகியிருந்தன. இரண்டுமே குஜராத்தில் மறுபடி பழைய அமைதி திரும்ப என்ன செய்ய வேண்டும் என விவாதிக்கும் நோக்கில் நடத்தப்பட்ட கூட்டங்கள்.

ஒன்று காந்தியவாதிகள் நடத்தியது. மற்றது சில என்ஜிஓக்கள் ஏற்பாடு செய்தது.

காந்தியவாதிகள் கூட்டத்தில் கலந்து கொண்டவர்கள் பெரும்பாலும் 80 வயதுக்கு மேற்பட்டவர்கள். அந்தக் கூட்டம் நடந்து கொண்டிருந்தபோதே உள்ளே நுழைந்த சில இந்து இளைஞர்கள் 'இறந்த முஸ்லிம்களுக்கு ஈமக்கிரியை நடத்த கிழவர்கள் ஒன்று கூடி இருக்கிறீர்களா?' என்று கேட்டுக் கொண்டே கூட்டத்தை நிறுத்திவிட்டு ஆசிரமத்தை விட்டு வெளியேறும்படி அவர்களை மிரட்டினர். போலீஸுக்கு தகவல் சொல்லப்பட்டு உதவி கோரப்பட்டது. அதனால் எந்தப் பயனும் இல்லை.

இரண்டாவது நடனக் கலைஞர் மல்லிகா சாராபாய் மற்றும் சில அரசு சாரா நிறுவனங்கள் ஏற்பாடு செய்த கூட்டம். இதில் சமூகப் போராளி மேதா பட்கர் (நர்மதா பச்சாவோ அந்தோலன் இயக்கம் மூலம் ஆதிவாசிகள் நலனுக்காக நர்மதா அணை வருவதை எதிர்த்துப் போராடியவர்) கலந்து கொண்டார். மேதா பட்கர் மற்றவர்களுடன் பேசிக் கொண்டிருக்கும்போதே ஒரு கும்பல் அரங்கினுள் நுழைந்தது. மேதா பட்கர் அங்கிருந்து வெளியேற

முயன்றார். அமித் தாக்கர் என்பவர் தலைமையில் பாரதிய ஜனதா யுவா மோர்ச்சா அமைப்பின் (பாஜகவின் இளைஞர் அணி பிரிவு) உறுப்பினர்கள் உள்ளே நுழைந்து அவரை அக்கூட்டத்தில் கலந்து கொள்ளக்கூடாது எனத் தடுத்தனர். அவரது ஆடைகள் இழுக்கப்பட்டு, தகாத வார்த்தைகள் சொல்லப்பட்டு, அவர் துன்புறுத்தப்பட்டார்.

இதற்குள் நிகழ்ச்சி அமைப்பாளர்கள் அவரை உள்ளே அழைத்துச் சென்று ஓர் அறைக்குள் ஒளித்தனர். இதற்குள் கும்பல் 100 பேருக்கு மேல் ஆகிவிட்டது. அங்கே வந்த அசிஸ்டெண்ட் கமிஷனரும் போலீஸாரும் அவர்களை அமைதியாகப் போகும்படி கெஞ்சினார்களே ஒழிய எந்த நடவடிக்கையும் எடுக்கவில்லை. இதற்குள் பின்வழியாக மேதா பட்கரை பாதுகாப்பாக வெளியேற்றியிருந்தனர்.

அவர் வெளியேறியதை அறியாத கலவரக்காரர்கள் ஆசிரமத்துக்குள் நுழைந்து அங்கிருந்த (முந்தைய கூட்டத்துக்கு வந்திருந்த) முதிய காந்தியவாதிகள், அரசு சாரா அமைப்பினர் எல்லோரையும் தாக்கத் தொடங்கினர். பலரும் காயமடைந்தனர். அகமதாபாத் நகர டெபுடி கமிஷனர் அந்த இடத்துக்கு வந்து கூட்டத்தை கலைந்து போகச் செய்தார்.

போலீஸார் கலவரக்காரர்களை அடக்குவதை விட்டுவிட்டு பத்திரிகையாளர்களைத் தாக்கினர். இதில் பலர் காயமுற்றனர். இதனால் அது பெரிய விஷயமாக ஊடங்களால் கண்டிக்கப்பட்டது. குஜராத் அரசு வேறு வழியின்றி தாக்குதலில் ஈடுபட்ட அமித் தாக்கர் மற்றும் சிலரைக் கைது செய்தது. ஒரு இன்ஸ்பெக்டர் சஸ்பெண்ட் செய்யப்பட்டு, சில போலீஸ் அதிகாரிகள் பணி இடமாற்றம் செய்யப்பட்டனர். ஒரு விசாரணைக் கமிஷனும் அமைக்கப்பட்டது.

அதாவது முஸ்லிம்களை மட்டுமல்ல. குஜராத்தில் கலவரத்தை நிறுத்தி இந்து - முஸ்லிம் சமூகத்தினரிடையே அமைதியை ஏற்படுத்த முனைந்தவர்கள் கூட இந்துத்துவ கலவரக்காரர்களின் மோசமான வன்முறைக்கு ஆளாயினர்.

அவர்கள் குஜராத் எரிந்து கொண்டே இருக்க வேண்டும் என விரும்பினார்கள்!

19

கலவரங்கள் - இரண்டாம் அத்தியாயம்

இந்தியாவில் பொதுவாக கலவரங்கள், போராட்டங்கள், தீவிரவாத நடவடிக்கைகள், உள்நாட்டுப்போர் போன்ற சம்பவங்களின்போது மாநில அரசால், போலீஸாரால் நிலைமையைக் கட்டுக்குள் கொண்டு வந்து பொதுமக்களைக் காக்க இயலாமல் போகும்போது மத்திய அரசிடம் ராணுவத்தின் உதவியைக் கோருவது வழக்கம்.

ஆனால் 2002 குஜராத் கலவரங்களின்போது மிகத் தாமதமாகவே குஜராத் அரசால் ராணுவத் தின் உதவி நாடப்பட்டது. அப்படி அனுப்பப் பட்ட ராணுவமும் அதைவிட மிக மிகப் பொறுமையாகவே கலவரத்தை அடக்கும் பணிக்கு அனுப்பப்பட்டது.

பிப்ரவரி 28 விஷ்வ ஹிந்து பரிஷத் பந்த் நடத்திய அன்று மாநிலம் முழுக்க நிலைமை எல்லை மீறிப் போய் விட்டபடியால் பிற்பகல் 2:30க்கு முதலமைச்சர் மோடி கூட்டிய அவசர ஆலோசனைக் கூட்டத்தில் கலவரங்களைக் கட்டுக்குள் கொண்டு வர ராணுவ உதவியை நாடுவது என்று முடிவெடுக்கப்பட்டது. அன்று

மாலை 4:00 மணிக்கு நடந்த பத்திரிகையாளர் சந்திப்பில் அது அறிவிக்கப்பட்டது.

பொதுவாக இது போன்ற தருணங்களில் உதவி தேவைப்படும் இடத்துக்கு அருகில் நிலை கொண்டிருக்கும் ராணுவத்தின் படைப்பிரிவே முதலில் அனுப்பப்படும். அப்படி குஜராத்தில் அகமதாபாத் கண்டோன்மெண்ட் இருந்தது. ஆனால் அங்கிருந்த ராணுவ வீரர்கள் வெளியே வேறு பணிக்கு அனுப்பப்பட்டிருந்த தால் குஜராத்துக்கு உடனடியாக ராணுவ உதவி கிட்டுவதில் தடை ஏற்பட்டது.

வெளி மாநிலங்களிலிருந்து விமானம்மூலம் தான் ராணுவம் வந்தாக வேண்டும் என்கிற நிலைமை. 40 விமானங்கள் இதற்குப் பயன்படுத்தப்பட்டன. பிப்ரவரி 28ம் தேதி நள்ளிரவுக்கு முன் ராணுவத்தின் முதல் குழு குஜராத்தில் தரை இறங்கியது.

மார்ச் 1 அன்று பகல் நேரத்தில்தான் பஸ், ட்ரக், ஜீப் உள்ளிட்ட 131 வாகனங்கள் ராணுவத்தினருக்கு வழங்கப்பட்டு குஜராத்துக் குள் அனுமதிக்கப்பட்டனர். 18 செல்ஃபோன்களும் அவர்கள் தொடர்புக்கென்று வழங்கப்பட்டன. மார்ச் 1 அன்று 11 முற்பகல் மணிக்கு மத்திய உள்துறை மந்திரி அத்வானியுடன் முதல்வர் மோடி பேச்சுவார்த்தை நடத்தினார். அதன் பிறகு உடனடியாக ராணுவம் தயார் நிலையில் வைக்கப்பட்டது. அப்போதே இந்தப் படைகளைக் கலவரத்தை அடக்க தெருவில் இறக்கி யிருக்க முடியும். ஆனால் அரசு அதைச் செய்யவில்லை.

தொடர்ந்து மார்ச் 1 பின்னிரவுவரை ராணுவத்தின் படைகள் விமானங்கள்மூலம் வெவ்வேறு குழுக்களாக குஜராத் வந்திறங்கியவண்ணம் இருந்தன. ஆனால் மார்ச் 2ம் தேதி வரை ராணுவம் நிலைமையை அடக்கப் பயன்படுத்தப்படவே இல்லை. மாநில அரசின் உத்தரவு கிடைக்காததால் கிட்டத்தட்ட 40 மணி நேரத்துக்கும் மேலாக ராணுவம் குஜராத்தில் சும்மா உட்கார்ந்து ஓய்வெடுத்துக் கொண்டிருந்தது.

மார்ச் 2 அன்று கலவரத்தை ஒடுக்க ராணுவத்தை அனுப்பிய போது எல்லா இடங்களிலும் கலவரங்கள் நடந்து உச்சகட்ட பேரழிவுகள் முடிந்திருந்தன. போர் முடிந்த பின் வந்த பட்டாளம் போல் ராணுவம் மீட்புப் பணிகள் செய்தது.

★

மார்ச் 5 அன்று நிலைமை சற்று சீரானபோது குஜராத்தில் ஊரடங்கு உத்தரவு விலக்கப்பட்டது. சபர்மதி ஆசிரமத்தை நோக்கி குழந்தைகள், பெண்கள் உள்ளிட்ட 10,000 பேர் வாயில் துணிகளைக் கட்டியபடி அமைதி ஊர்வலம் நடத்தினர்.

கோத்ரா சம்பவத்தையொட்டி அயோத்திக்குள் கரசேவகர்கள் நுழைவதைத் தடை செய்யுமாறு உத்தரப் பிரதேச மாநில அரசுக்கு மத்திய அரசு அறிவுறுத்தியது. ரயிலில் குழுவாக முன்பதிவுகள் செய்வதையும், பயணச் சீட்டு இல்லாமல் பயணிப்பதையும் அனுமதிக்கவேண்டாம் என ரயில்வே நிர்வாகத்துக்கு மத்திய அரசு உத்தரவிட்டது. ராமர் கோயில் கட்டத் தொடங்கப்போவதாக விஷ்வ ஹிந்து பரிஷத் சொன்ன மார்ச் 15 வரை ஃபைஸாபாத் வரும் ரயில்கள் ரத்து செய்யப் பட்டன. குஜராத்துக்குள் வரும் ரயில்களை மேற்கு ரயில்வே ரத்து செய்தது.

மார்ச் இறுதியில் 27 உயர் போலீஸ் அதிகாரிகளை குஜராத் அரசு இடமாற்றம் செய்தது. கலவரத்தில் பங்கேற்ற இந்துக்கள்மீது நடவடிக்கை எடுத்ததற்காகவும், அரசுக்கு நெருக்கமானவர்கள் மீது வழக்குப்பதிவு செய்ததற்காகவும்தான் இந்த இடமாற்றம் எனக் குற்றம்சாட்டப்பட்டது. திறமையான அதிகாரிகள் ஒரே நேரத்தில் மாற்றப்பட்டிருப்பதை காவல்துறை டிஜிபி கே.சக்கரவர்த்தி கண்டித்தார். மே மாதத்தில் மேலும் சில உயர் போலீஸ் அதிகாரிகளை அரசு மாற்றியது.

மே முதல் வாரத்தில் குஜராத்தில் கலவரங்களை முழுக்க ஒடுக்கவும், நிவாரணப் பணிகளை முடுக்கிவிடவும் குஜராத் அரசுக்கு பாதுகாப்பு ஆலோசகராகவும் துயர்துடைப்பு ஆணைய ராவும் மத்திய அரசு கேபிஎஸ் கில்லை அனுப்பியது.

கலவரங்களை அடக்க மேலும் ராணுவத்தை அனுப்ப கேபிஎஸ் கில் மத்திய அரசிடம் கேட்டுள்ளார். இந்திய ரிசர்வ் போலீஸ் கமோண்டோக்களை அனுப்பவேண்டும் என்ற கேபிஎஸ் கில்லின் கோரிக்கையை பஞ்சாப் அரசு நிராகரித்தது.

மே மாதத்தில் கேபிஎஸ் கில் முஸ்லிம் தலைவர்களுடன் காந்தி நகரில் ஆலோசனைக் கூட்டம் நடத்தினார். குற்றவாளிகளை விட்டுவிடக்கூடாது எனும் வழக்கில் ஏற்படும் முன்னேற்றங் களைத் தனக்கு உடனுக்குடன் தெரியப்படுத்த வேண்டும் என்றும் கில் உயர் போலீஸ் அதிகாரிகளுக்கு உத்தரவிட்டுள்ளார்.

மே 13 அன்று கலவரங்களுக்குப் பின் முதல்முறையாக முஸ்லிம் தலைவர்களை நரேந்திர மோடி சந்தித்துப் பேசினார். தேசிய சிறுபான்மையினர் ஆணையம் இதை ஏற்பாடு செய்திருந்தது. கேபிஎஸ் கில் முன்னிலையில் இந்தப் பேச்சு நடந்தது.மே இறுதியில் 6,000 ராணுவத்தினரை மத்திய அரசு குஜராத்திலிருந்து திரும்பப் பெற்றது. இது பாதுகாப்பை பாதிக்கக்கூடாது எனக் கவலை தெரிவித்தார் கில்.

★

பிப்ரவரி 28, மார்ச் 1 மற்றும் 2 ஆகிய மூன்று தினங்களும் கலவரம் உச்சத்தில் இருந்தன. ஆனால் அதற்குப் பிறகும் கலவரங்கள் நின்றபாடில்லை. மாநிலம் முழுக்க ஆங்காங்கே சிறிய, பெரிய வன்முறைச் சம்பவங்கள் நடந்தவாறிருந்தன.

மார்ச் 3ம் தேதி தொடங்கி பத்து நாட்களில் சூரத், பவநகர், அகமதாபாத், சபர்கந்தா (பாலாம்பூர், விஜயநகர்), வடோதரா, கேடா, மெஹ்சானா, தகோட் ஆகிய இடங்களில் மேலும் வன்முறை பரவியது. கலவரக்காரர்கள் தீப்பந்தங்களுடன் தெருவில் அலைந்தனர். எரிந்த வீடுகளிலிருந்து உடல்கள் கண்டுபிடிக்கப்பட்டன.

கொள்ளை, தீயிட்டுக் கொளுத்துதல் ஆகியன நடந்தேறின. சில இடங்களில் போலீஸ் துப்பாக்கிச்சூடு நடத்தியது. இடையில் கொஞ்சம் நாட்கள் மாநிலம் முழுக்க ஊரடங்கு உத்தரவு விலக்கப்பட்டது. ஆனால் மீண்டும் போடப்பட்டது. சோடாதேவ்பூரிலிருந்து வடோதராவை நோக்கி சில முஸ்லிம் குடும்பங்களை ஏற்றிச் சென்ற 5 வாகனங்களை வன்முறை கும்பல் தீயிட்டுக் கொளுத்தியது.

மார்ச் மத்தியில் குஜராத்தில் விஷ்வ ஹிந்து பரிஷத் நடத்திய ராம்துன் நிகழ்ச்சியை ஒட்டி மீண்டும் கலவரங்கள் நடந்தன. 7 பேர் கொல்லப்பட்டனர். வடோதராவில் நிலைமையை சமாளிக்க போலீஸ் துப்பாக்கிச் சூடு நடத்தினர்.

மார்ச் பிற்பகுதியில் பரூச், சபர்கந்தா (ஹிம்மத் நகர்), அகமதாபாத் (கலுப்பூர், தாரியாபூர், ஷாபுரா), சூரத் (கரன்), வடோதரா ஆகிய இடங்களில் கலவரங்கள் நடந்தன. போலீஸ் துப்பாக்கிச் சூடு நடத்தினர். 22 பேர் பலி ஆயினர். நிறைய இடங்களில் ஊரடங்கு உத்தரவு போடப்பட்டது.

அகமதாபாத்தில் ஸ்கூட்டரில் சென்று கொண்டிருந்த பெண் கொலை செய்யப்பட்டார். ஸ்கூட்டர் எரிக்கப்பட்டது.

மார்ச் இறுதியில் ஹோலிப் பண்டிகையையொட்டி குஜராத்தில் மீண்டும் வன்முறைச் சூழல் உருவானது. முன்னெச்சரிக்கை நடவடிக்கையாக மாநிலத்தின் பல இடங்களில் ஊரடங்கு உத்தரவு போடப்பட்டது. அகமதாபாத், வடோதரா, ஆனந்த, கேடா ஆகிய இடங்களில் வன்முறை வெடித்தது. மெஹ்சானா மாவட்டம் காடி நகரில் கடைகள், வீடுகள்மீது கற்கள் வீசப் பட்டன, நெருப்பு வைக்கப்பட்டது. போலீஸ் துப்பாக்கிச்சூடு நடத்தினர். மொத்தம் 9 பேர் இறந்தனர். அகமதாபாத்தில் ராணுவம் நிறுத்தப்பட்டது. ஊரடங்கு அமல்படுத்தப்பட்டது.

ஏப்ரல் முதல் பாதி முழுக்க அகமதாபாத்திலும் ஆனந்திலும் ஆங்காங்கே பல வன்முறைச் சம்பவங்கள் நடைபெற்றன. போலீஸ் துப்பாக்கிச்சூடு நடத்தியது. ஊரடங்கு உத்தரவு போடப்பட்டது. அம்பாசா கிராமத்தில் (அகமதாபாத்) 5 பேர் உயிருடன் கொளுத்தப்பட்டனர். அகமதாபாத்தில் 20 வீடுகள் எரிக்கப்பட்டன, கத்திக்குத்துச் சம்பவங்கள் நடந்தன. போர்காட் நகரில் (ஆனந்த்) கத்தி, அமிலம், கற்கள் ஆகியவற்றைப் பயன்படுத்தி இந்துக்களும் முஸ்லிம்களும் வன்முறையில் ஈடுபட்டனர். குறைந்தபட்சம் 20 பேர் இந்த தினங்களில் உயிரிழந்தனர்.

ஏப்ரல் 21 முதல் 26 வரை அகமதாபாத்திலும், வடோதராவிலும் நடந்த கலவரங்களில் 42 பேர் கொல்லப்பட்டனர் (இதில் ஒருவர் கல்லால் அடித்துக் கொல்லப்பட்டார்). கவலைக்கிட மான நிலையில் பலர் மருத்துவமனைகளில் அனுமதிக்கப்பட்ட னர். கும்பலைக் கலைக்க போலீஸ் நடத்திய துப்பாக்கிச்சூட்டில் ஒரு பெண் உட்பட நான்கு பேர் இறந்தனர். அகமதாபாத்திலும் காந்தி நகரிலும் 200 வீடுகளும் கடைகளும் தீக்கிரையாக்கப் பட்டன. வன்முறைகள் தொடர்ந்தன.

ஏப்ரல் இறுதியில் அகமதாபாத்தின் வணிகப் பகுதியான ரெலீஃப் சாலையில் ஜார்ஜ் ஃபெர்னாண்டஸ் இந்து - முஸ்லிம் ஒற்றுமை வேண்டி அமைதிப் பேரணி ஒன்றை நடத்தினார். ஆனால் பேரணி முடிந்த சில மணி நேரங்களில் அதே சாலை யில் வன்முறை வெடித்தது. வீடுகள், கலைகள் மீது கற்களையும்

தீப் பந்தங்களையும் வீசினர். போலீஸ் துப்பாக்கிச்சூடு நடத்தியதில் 4 பேர் இறந்தனர்.

ஒரு வார அமைதிக்குப் பின் அகமதாபாத்தில் மே 5 அன்று பெரிய அளவில் வன்முறை வெடித்தது. தொடர்ந்து ஒரு வார காலம் இந்த வன்முறைகள் நீடித்தன. கலவரங்களில் கத்தியால் குத்தப்பட்டும், உயிருடன் தீ வைத்துக் கொளுத்தப்பட்டும், ஒரு குண்டு வெடிப்பிலும், போலீஸார் நடத்திய துப்பாக்கிச் சூட்டிலும் மொத்தம் 33 பேர் இறந்தனர். அகமதாபாத்தில் ஊரடங்கு உத்தரவு போடப்பட்டது. அகமதாபாத்தின் கலுப்பூர் பகுதியில் போலீஸ் சோதனையிட்டபோது நாட்டு வெடி குண்டுகள் கண்டுபிடிக்கப்பட்டன. டென்னிஸ் பந்துகளுக்குள் வெடி மருந்தையும் கூர்மையான உலோகத்தையும் வைத்து இந்த குண்டுகள் செய்யப்பட்டிருந்தன. வடோதராவின் ஷாபுரா, மாதவ்புரா பகுதிகளில் நெருப்பு வைத்தலும் கொள்ளையடித் தலும் நடந்தன. ராணுவ வீரர் ஒருவர் தாக்கப்பட்டார்.

மே இறுதியில் கோத்ராவில் இந்துக்களும் முஸ்லிம்களும் மோதிக் கொண்டனர். போலீஸ் துப்பாக்கிச் சூடு நடத்தி கும்பலைக் கலைத்தது. இருவர் இறந்தனர். கோத்ராவில் ஊரடங்கு உத்தரவு போடப்பட்டது. கேபிஎஸ் கில் நேரில் சென்று நிலைமையை ஆராய்ந்தார். அகமதாபாத்தில் மூன்று அரசுப் பேருந்துகளில் குண்டுவெடித்து 15 பேர் காயமடைந்த னர். காடியில் (மெஹ்சானா) நடந்த கலவரத்தில் இருவர் கொல்லப்பட்ட பின் ஊரடங்கு உத்தரவு அமல்படுத்தப்பட்டது.

ஜூன் மாதத்தின் மத்தியில் அகமதாபாத்தில் நடந்த இரு வெவ்வேறு வன்முறைகளில் மூன்று பேர் கொல்லப்பட்டனர். வடோதராவில் வாகனங்களும் கடைகளும் எரிக்கப்பட்டன. நிலைமையைக் கட்டுப்படுத்த போலீஸ் கண்ணீர் புகைகுண்டு பிரயோகித்தது. ராஜ்பிப்லா (நர்மதா மாவட்டம்), உனா (ஜூனாகத் மாவட்டம்) ஆகிய இடங்களிலும் புதிதாக வன்முறைகள் வெடித்தன.

ஜூலை 2002க்குப் பிறகு மெல்ல மெல்ல குஜராத்தின் அமைதி திரும்பியது!

20

போலீஸ் - அரசு - நீதிமன்றம்

குஜராத் கலவரங்களின்போது மாநிலத்திலும் மத்தியிலும் பாஜக ஆட்சிதான்.

கலவரங்களில் மாநில அரசுக்கு பெரும் பங்கு இருந்தது என்பது சந்தேகத்துக்கு இடமின்றி பல இடங்களில் புலனாகிறது. இத்தனைக்கும் குஜராத்தில் நரேந்திர மோடி பதவியேற்று முழுதாக ஐந்து மாதங்கள்கூட ஆகியிருக்க வில்லை. ஆனாலும் துணிந்து கலவரங்களில் தன்னை தொடர்புபடுத்திக் கொண்டார்.

கலவரக்காரர்கள் கையில் வாக்காளர் பட்டிய லின் கணிப்பொறி அச்சுத் தாள்கள் இருந்தன. அரசு அதிகாரிகள் அதை அவர்களுக்கு அளித் திருந்தார்கள். அதைக் கொண்டே முஸ்லிம் களை, அவர்களின் வீடுகளை அடையாளம் கண்டார்கள்.

குற்றம் சாட்டப்பட்டவர்கள் முறையாகத் தண்டிக்கப்படவில்லை. முதலில் சரியான சாட்சிகள் இல்லை. சாட்சி சொல்ல வந்தவர் களின் வாக்குமூலங்களும் சரியாகப் பதிவு செய்யப்படவில்லை. மீறி சாட்சி சொல்ல

முயன்றவர்கள் மிரட்டப்பட்டனர், அல்லது பணம் கொடுத்து பணிய வைக்கப்பட்டார்கள். ஒவ்வொரு குற்றத்துக்கும் தனித் தனியாக விளக்கமாக முதல் தகவலறிக்கைகள் பதிவு செய்யப் படவில்லை.

அடுத்து போலீஸுக்கு லஞ்சம் கொடுத்தனர். அவர்கள் சாட்சி களைப் பிறழச் செய்தனர். விசாரணை நடத்துவதில் பெரும் தாமதம் காட்டினர். குற்றம் சாட்டப்பட்டவர்கள் யாரெனத் தெரிந்தும் அவர்களைக் கைது செய்யவில்லை. எல்லாவற்றுக்கும் மேலாக உள்ளூர் நீதிபதிகளும் ஒருபக்க சார்பாக நடந்து கொண்டனர். குற்றவாளிகளுக்கு முறையல்லாத ஜாமீன்கள் வழங்கப்பட்டன.

கலவரங்களில் முஸ்லிம்களின் உயிரைக் காத்த போலீஸ்காரர்கள் மோடியின் அரசால் மறைமுகமாக பழிவாங்கப்பட்டார்கள் என்கிறார் ஆர்.பி. ஸ்ரீகுமார். ஏதேனும் காரணமற்ற ஒழுங்கு நடவடிக்கை அல்லது மாநிலத்தை விட்டே போகுமளவு பணி இடமாற்றம் ஆகியன இவர்களுக்கு தண்டனையாக வழங்கப் பட்டது. அரசுக்கு எதிராக குரல் கொடுத்தவர்கள், உண்மையை அம்பலப்படுத்தியவர்கள், சாட்சி சொன்னவர்கள் அனைவரும் மிரட்டப்பட்டார்கள். நீதித்துறையில் ஊழல் மலிந்திருந்தது.

குஜராத் மாநில அரசு அரசியலமைப்புச் சாசனத்துக்கு எதிராக கலவரங்களில் முஸ்லிம்களைக் கொல்லும்படி ரகசிய உத்தரவுகள் பிறப்பித்தது. பெரும்பாலான போலீஸ்காரர்களும் அதை ஏற்று செயல்பட்டார்கள். ஆனால் ஸ்ரீகுமாருக்கு நீண்ட காலமாக பதவி உயர்வு வழங்கப்படாததால்தான் அவர் அரசின் மீது அவதூறுச் செய்தி கிளப்புகிறார் என இந்தக் குற்றச்சாட்டு களை மறுத்தது மாநில அரசு.

பாஜக செய்தித் தொடர்பாளர் விகே மல்ஹோத்ரா ராஜ்யசபாவில் கலவரத்தில் இறந்த 254 இந்துக்களில் பெரும்பாலானோர் போலீஸின் துப்பாக்கிச் சூட்டில் இறந்திருக்கின்றனர். இதிலிருந்தே மாநில அரசு எவ்வளவு நேர்மையாக கலவரத்தைக் கையாள முயன்றிருக்கிறது என்பது புலனாகிறது என்றார்.

கோத்ரா ரயில் எரிப்பில் குற்றம்சாட்டப்பட்ட முஸ்லிம்களை பொடா சட்டத்தில் கைது செய்தது போலீஸ். ஆனால் பின் நடந்த கலவரங்களில் பங்கேற்ற ஓர் இந்து மீதுகூட பொடா சட்டம் பயன்படுத்தப்படவில்லை.

ஏப்ரல் 2013 கணக்குப்படி (வழக்கு விசாரணை நடந்த 11 ஆண்டுகளில்) குஜராத் கலவரங்கள் தொடர்பாக மொத்தம் 249 பேருக்கு நீதிமன்றங்களில் தண்டனை வழங்கப்பட்டிருக்கிறது. இதில் 184 இந்துக்கள், 65 முஸ்லிம்கள் (இதில் 32 முஸ்லிம்கள் கோத்ரா ரயில் எரிப்புக்காகத் தண்டனை பெற்றவர்கள்). குஜராத்தில் ஒவ்வொரு குறிப்பிட்ட பகுதியிலும் ஆயிரக்கணக்கானோர் குற்றம் செய்திருந்தனர். ஆனால் தண்டனையோ சில நூறு பேருக்கு மட்டும்தான்.

உச்சநீதிமன்றம் மாநில அரசின் இந்த மெத்தனப் போக்கைக் கண்டித்து மொத்தம் பதிவான கலவரம் தொடர்பான சுமார் 4,000 வழக்குகளில் 2,000 வழக்குகளை மறுவிசாரணை செய்ய உத்தரவிட்டது. போலீஸ் அதில் 1,600 வழக்குகளை மறுபடி விசாரித்து 640 பேரைக் கைது செய்தது. 40 போலீஸ் அதிகாரிகள் கலவரங்களிலும் விசாரணைகளிலும் கடமை தவறியதற்காக விசாரணை நடந்து வருகிறது.

ஆனால் குஜராத் போலீஸிலும் ஹிமான்ஷு பட், ராகுல் ஷர்மா போன்ற சில விதிவிலக்கான போலீஸ்காரர்கள் துடிப்பாய் கலவரத்தை அடக்க நிறையப் பாடுபட்டிருக்கிறார்கள். வேறு எப்பணியிலும் இவ்வளவு தூரம் உயிர்களைக் காப்பாற்ற வாய்ப்பு இருந்திருக்காது என்று பெருமிதமாய்ச் சொல்கிறார் ராகுல்.

ராகுல் ஷர்மா ஓர் ஐபிஎஸ் அதிகாரி அகமதாபாத்தில் டிஸிபியாக இருந்தவர். கலவரத்தின் போதான செல்ஃபோன் உரையாடல்களை எல்லாம் சம்பந்தப்பட்ட நிறுவனங்களிடமிருந்து சேகரித்து சிடிக்களில் பதிந்து சாட்சியமாக்கினார். அவற்றில் மந்திரிகள், போலீஸ் அதிகாரிகள், பாஜக, ஆர்எஸ்எஸ், விஷ்வ ஹிந்து பரிஷத் தலைவர்கள் பேசியவையும் இருந்தன. முக்கியமான ஆதாரமான அது திடீரெனக் காணாமல் போனது. ஆனால் தன்னிடம் இருந்த அந்த உரையாடல்களின் சிடி பிரதியை நானாவதி கமிஷன் முன் சமர்பித்தார் ராகுல். அரசின் அனுமதி இன்றி இதை கமிஷனிடம் பகிர்ந்ததற்காக அவர்மேல் ஒழுங்கு நடவடிக்கை எடுத்தனர்.

★

பிரிட்டிஷ் ஹை கமிஷன் (இந்தியா இங்கிலாந்து இடையேயான நல்லுறவு இதன் பொறுப்பு) நடத்திய ஆய்வு குஜராத்

கலவரங்கள் முன்கூட்டியே திட்டமிடப்பட்டது என்பதையும் அரசுக்கு இதில் பங்கு இருந்தது என்பதையும் இது ஓர் இனஅழித்தொழிப்பு வேலை என்பதையும் உறுதிப்படுத்துகிறது. நரேந்திர மோடி குஜராத்தில் முதல்வராக ஆட்சியில் இருக்கும்வரை பழைய மாதிரியான இந்து - முஸ்லிம் நல்லுறவு என்பது சாத்தியமில்லை என்றும் அது குறிப்பிட்டது.

சர்வதேச மதச் சுதந்தர யுஎஸ் கமிஷன் 2003 - 2004 ஆண்டுக்கான அறிக்கையில் இந்தியா பிரச்னையில் இருக்கிறது, 2002 குஜராத் கலவரங்கள் அதற்கு முக்கியக் காரணம் எனக் குறிப்பிட்டது. இந்தியா மக்களாட்சி நாடாக இருந்தாலும் தொடர்ந்து சிறுபான்மையினர் தாக்குதலுக்கு உள்ளாகி வருகின்றனர். இவற்றில் குற்றம் செய்தவர்கள் பெரும்பாலும் தண்டிக்கப்படுவ தில்லை என்றும் அது குறிப்பிட்டது.

Concerned Citizens Tribunal (CCT) தன் அறிக்கையில் ஹரேன் பாண்டியா என்ற குஜராத் அமைச்சரின் வாக்குமூலத்தைப் பதிவு செய்திருந்தது. ரயில் எரிப்பு தினத்தன்று மாலை கூட்டப்பட்ட உயர் அதிகாரிகள் கூட்டத்தில் இந்துக்களின் பதிலடியைத் தடுக்க வேண்டாம் என முதல்வர் வாய்மொழி உத்தரவு வழங்கியதை அவர் உறுதி செய்தார். அதே அறிக்கை பஞ்ச்மஹால் மாவட்டத் தின் லூனாவாடா கிராமத்தில் கூட்டப்பட்ட ஒரு கூட்டத்தில் மாநில அமைச்சர்கள் அஷோக் பட், பிரபாத் சிங் சௌஹான் மற்றும் பிற பாஜக, ஆர்எஸ்எஸ் தலைவர்கள் கலந்துகொண்ட ஒரு கூட்டம் பற்றியும் பேசுகிறது. மண்ணெண்ணெய், பெட்ரோல் ஆகியவற்றைப் பயன்படுத்தி சொத்துகளையும் மனிதர்களையும் நாசமாக்கும் விதங்கள் பற்றி மிக விரிவாகத் திட்டமிடப்பட்டிருந்ததை அது சுட்டிக்காட்டியது.

கலவரம் செய்தவர்களுக்கு ஜாமீன் வழங்குவதில் கடுமையான வரைமுறைகள் பின்பற்றப்பட்டன, பெரும்பாலும் ஜாமீன் மனுக்கள் நிராகரிக்கப்பட்டன என்றது அரசாங்கம். ஆனால் Concerned Citizens' Tribunal விசாரணையில் கைதானோரில் 90% பேருக்கு உடனடியாக ஜாமீன் வழங்கப்பட்டது என்றும் அவர்கள் செய்த குற்றம் கொலையோ, வன்கலவியோ, சொத்தை எரித்ததோ எதுவாக இருந்தாலும் ஜாமீன் வழங்கப் பட்டது. ஜாமீனில் வெளியானோருக்கு பொதுமக்களின் வரவேற்பு அரசியல் தலைவர்களால் வழங்கப்பட்டது என்றும் அது சொல்கிறது.

குஜராத் கலவரங்களில் மிகக் கொடூரமான மனிதத்தன்மையற்ற செயல்கள் நடந்ததற்கும், கலவரத்துக்குப் பின் அதிக எண்ணிக்கையிலான மக்கள் தங்கள் வீடுகளை இழந்து நிவாரண முகாம்களில் வாழ நேரிட்டதற்கும், அதில் பாதிக்கப்பட்டது மிகப்பெரும்பாலும் முஸ்லிம்கள் என்பதற்கும் இந்திய அரசை கடுமையாக விமர்சித்தது மேற்படி அமைப்பு. நடந்த கலவரங்களில் தனது பங்கை மறைக்க முனைந்ததற்காக குஜராத் அரசையும் அது கண்டித்தது.

அதாவது மாநில அரசும் காவல் துறையும் நீதித் துறையும் கலவரத்துக்கான முக்கிய சாட்சிகளை, கலவரங்களுக்குப் பின்னிருக்கும் உண்மைகளை வெளிக்கொணர முயன்ற அரசு சாரா நிறுவனங்களை, சமூகப் போராளிகளை, வழக்கறிஞர்களை மிரட்டியது எனக் குற்றம் சாட்டுகிறது இந்த அமைப்பு.

சர்வதேசிய மதச் சுதந்தரத்துக்கான அமெக்கத் தூதர் ஜான் ஹான்ஃபோர்ட் இந்திய அரசியலில் மதச் சகிப்புத்தன்மை அழிந்துவருவதைப் பற்றிக் கவலை தெரிவித்தார். கலவரங்களுக்கு மாநில அரசு அலுவலர்களுக்குப் பங்கிருக்கிறது, ஆனால் மத்திய அரசுக்கு இதில் எந்தச் சம்மந்தமும் இல்லை எனத் தெரிவித்தார்.

நியூ யார்க் டைம்ஸ் நிருபர் செலியா வில்லியம்ஸ் டக்கர் முஸ்லிம்கள் மற்றும் அவர்களின் சொத்துகள்மீது நடந்த தாக்குதல்களில் போலீஸ் தலையிடாமல் வேடிக்கை பார்த்ததால் சாட்சி சொல்ல பலரும் தயங்கினர் எனக் குறிப்பிடுகிறார்.

அம்னெஸ்டி இண்டர்நேஷனல் அமைப்பு 2003 ஆண்டறிக்கையில் கலவரக்காரர்கள் துணை நின்று எந்தப் போலீஸ் எல்லா அட்டூழியங்களைச் செய்தார்களோ அவர்களைக் கொண்டே பாதிக்கப்பட்டவர்களுக்கு நியாயம் வழங்கும் புலன் விசாரணை நடந்தது என வருத்தத்துடன் குறிப்பிடுகிறது.

சுருக்கமாகச் சொன்னால் 2002 குஜராத் கலவரங்களைப் பொறுத்தவரை காவல் துறையும், ஆட்சித் துறையும், நீதித் துறையும் போட்டியிட்டுக் கறை ஆயின.

21

உரக்க ஊதிய ஊடகங்கள்

கலவரங்களின்போதும் அதற்குப் பிறகும் ஊடகங்களின் பங்கு அளப்பரியது.

இந்தியாவில் 24 மணி நேர செய்தி சானல்கள் வந்த பிறகு நடந்த முதல் பெரிய கலவரம் குஜராத் 2002 சம்பவங்கள்தாம். கணிசமான நிகழ்வுகள் உடனடியாகவும் அடர்த்தியுடனும் உலகம் முழுக்க ஒளிபரப்பட்டன. அன்றைய தேதியின் அரசியலை இது பாதித்தது. பொது வாக எல்லாச் சேனல்களுமே இந்துக்கள் கல வரங்களில் நடந்துகொண்ட மோசமான விதத்தைச் சுட்டிக்காட்டின.

ஆனால் குஜராத் அரசு இதை குஜராத்திகளின் பெருமை மற்றும் பாரம்பரியம்மீது சேற்றை வாரி இறைக்கும் அவதூறுச் செய்தி எனத் திரித்தது. குஜராத்தின் பெருமையைக் கட்டிக் காக்கும் பணியைச் செய்கிறோம் என்ற போலி யான போர்வையில் பாஜக அடுத்த தேர்தலில் இதனை முன் வைத்தது. மாநில அரசு உண் மையை வெளிக்கொணர முயன்ற ஊடகங்களை நசுக்கியது.

2002 ஏப்ரலில் சபர்மதி ஆசிரமத்தில் ஏற்பாடு செய்யப்பட்டிருந்த, மேதா பட்கர் கலந்து கொண்ட அமைதிக் கூட்டத்தைப் பதிவு செய்ய வந்த பத்திரிகையாளர்களை இந்துத்துவா ஆசாமிகளும் போலீஸ்காரர்களும் தாக்கினர். கலவரம் குறித்த தகவல்களைத் தோலுரித்துக் காட்டும் செய்திச் சேனல்கள் தடை செய்யப் பட்டன. உள்ளூரில் அவற்றின் ஒளிபரப்பு நிலையங்கள் சீல் வைத்து மூடப்பட்டன.

ஸ்டார் நியூஸ் தொலைக்காட்சிக்குப் பணிபுரியும் இரு நிருபர்கள் கலவரங்களை நேரில் பதிவு செய்தவர்கள். ஒருமுறை முதல்வர் நரேந்திர மோடியைப் பேட்டி கண்டு விட்டு திரும்புகையில் ஒரு கும்பல் இவர்கள் வாகனத்தை வழி மறித்து மிரட்டியது. முஸ்லிம்களாக இருந்தால் கொன்றிருப்போம் என அச்சுறுத்தியது.

எடிட்டர்ஸ் கில்ட் ஆஃப் இந்தியா (இது இந்தியாவில் இருக்கும் செய்தித்தாள்கள் மற்றும் சஞ்சிகைகளின் ஆசிரியர்களுக்கான நிறுவனம்) சில சிறு பிறழ்வுகள், தாமதங்கள் தவிர நிகழ்வுகளைச் சரியாகப் பதிவு செய்வதிலும், விரைவில் வெளியிடுவதிலும், ஊடக தர்மப்படி நடந்து கொள்வதிலும் செய்தி சானல்கள் மிகத் திறமையாக செயல்பட்டன என குஜராத்தின் ஊடகங்களைப் பாராட்டியது.

கலவரங்களைத் தூண்டும் விதத்தில் பொய்யான செய்திகளை அச்சிட்டதற்காக சந்தேஷ் குஜராத்தி மற்றும் குஜராத் சமாச்சார் ஆகிய இரு உள்ளூர் செய்தித் தாள்களும் - அகமதாபாத், வடோதரா, சூரத், ராஜ்கோட் ஆகிய இடங்களில் வெளியாகின்றன - கடுமையாக விமர்சிக்கப்பட்டன (பார்க்க: பின்னிணைப்பு 2).

சந்தேஷ் குஜராத்தியில் தலைப்புச் செய்தியே இந்துக்களைத் தூண்டி கலவரத்தை ஏற்படுத்தும் வகையில் அமைந்திருந்தது. விஷ்வ ஹிந்து பரிஷத் தலைவர் ஒருவரின் கருத்தான 'ரத்தத்தால் பழி தீர்ப்போம்' என்ற வாசகங்களையும் அது தலைப்புச் செய்தியில் போட்டது. குஜராத் சமாச்சாரின் செய்திகள் மக்களி டையே பதற்றத்தைத் தூண்டும் வகையில் அமைந்திருந்தது. ஆனால் அதைத் தாண்டி கலவரம் குறித்த சர்ச்சைக்குரிய பதிவுகள் ஏதும் அதில் வெளியாகவில்லை.

குஜராத் டுடே இதழ் கலவரம் குறித்த நடுநிலையான செய்தி களை வெளியிட்டது. ஊடகங்களின் வெளிப்படையான செய்திப்பதிவுகள் மாநில அரசின் இயலாமையை வெளிச்சம்

போட்டு காட்டி, மத்திய அரசு நிலைமையை உணர்ந்து விஷயத்தில் தலையிட உதவியாக இருந்தது. அதாவது நிலைமையைப் பதிவு செய்ததோடு அதனால் நல்ல விளைவுகளையும் ஏற்படுத்தின ஊடகங்களின் செய்திகள்.

கலவரக் காட்சிகளைக் காட்டியது மக்களிடையே வெறுப்பைத் தூண்டி மேலும் நிலைமை மோசமாகத்தான் காரணமாக இருந்தது என்ற குற்றச்சாட்டை மறுத்த எடிட்டர்ஸ் கில்ட் ஆஃப் இந்தியா அதனால் பல கொடூரமான குற்றங்களும், மாநில அரசின் மறைமுக ஆதரவு குறித்த உண்மைகளும் வெளிவந்தது என்று சொன்னது.

★

புகழ்பெற்ற டைம் இதழ் குஜராத் கலவரங்கள் பற்றி Bloody India என்ற தலைப்பில் கவர் ஸ்டோரி வெளியிட்டது. சர்வதேச அளவில் பிரச்னை கவனிக்கப்பட்டது.

2007ல் தருண் தேஜ்பால் நடத்திய தெஹல்கா இதழின் பத்திரிகையாளர்கள் குழு ஆசிஷ் கேத்தன் தலைமையில் 2002ல் குஜராத் கலவரங்களில் பங்கெடுத்த கலவரக்காரர்கள், கட்சிக்காரர்கள், போலீஸ்காரர்கள், அரசாங்க அலுவலர்கள், வழக்கறிஞர்கள் எனப் பலரையும் தாம் யாரென்றே காட்டிக் கொள்ளாமல் ஆறு மாதம் ரகசியப் புலனாய்வு செய்தது. இதற்கு ஆபரேஷன் களங்க் என்று பெயர்.

அவற்றைத் தொகுத்து The Truth: Gujarat 2002 என்று சிறப்பிதழாக வெளியிட்டது. புலனாய்வின்போது ரகசியமாக எடுக்கப்பட்ட வீடியோக்களையும் டிவியில் வெளியிட்டது. பாஜக, விஷ்வ ஹிந்து பரிஷத், பஜ்ரங்தள் ஆகிய கட்சிகளின் உறுப்பினர்கள் பெருமிதம் பொங்க தாங்கள் குஜராத் கலவரங்களில் என்னென்ன செய்தோம், யார் யார் எல்லாம் தொடர்பு என விவரிக்கும் வீடியோக்கள் அவை.

குஜராத் கலவரங்கள் தொடர்பாக உயிரைப் பணயம் வைத்து மிகத் துணிச்சலாக மேற்கொள்ளப்பட்ட புலனாய்வு இது என்பதால் பரபரப்பாகப் பேசப்பட்டது. கலவரம் தொடர்பான பல உண்மைகளுக்கும் வலுவான நேரடி ஆதாரமாக அமைந்தன இந்தப் பதிவுகள். பிற்பாடு போலீஸ் விசாரணைகளிலும் நீதிமன்ற தீர்ப்புகளிலும் தெஹல்காவின் புலனாய்வு சிறப்பிடம் வகித்தது.

குஜராத் அரசு தெஹல்காவின் வீடியோக்களை ஒளிபரப்பிய செய்தி சேனல்களை எல்லாம் குஜராத்தில் முடக்கியது. இதை கருத்துச் சுதந்தரத்தை பறிக்கும் செயல் என எடிட்டர்ஸ் கில்ட் ஆஃப் இந்தியா கடுமையாகக் கண்டனம் செய்தது.

ஏப்ரல் 2013ல் ஹெட்லைன்ஸ் டுடே கோத்ரா ரயில் எரிக்கப் பட்ட பிப்ரவரி 27 அன்று போலீஸ் கன்ட்ரோம் ரூம் தகவல் பரிமாற்றங்களையும், மாநில உளவுத் துறையின் அறிக்கை களையும் வெளியிட்டது. அதில் விஷ்வ ஹிந்து பரிஷத் தலைவர் களின் துவேஷப் பேச்சு மற்றும் அடுத்த நாள் பந்த் குறித்து நிறைய தகவல்கள் இருக்கின்றன. அவற்றிலிருந்து கலவரம் நடப்பதற்கான அனைத்து சாத்தியங்களும் இருப்பதாக அரசுக்கு அப்போதே நன்கு தெரிந்திருந்தது புலனாகிறது. ஆனாலும் அரசு ஊரடங்கு உத்தரவு போடவில்லை. பந்த் நடக்க அனுமதித்தது; கலவரம் நடக்க அனுமதித்தது. இதுவும் ஒரு முக்கிய ஆவணம்.

குஜராத் கலவரங்கள் மற்றும் பிந்தைய புலனாய்வுகளில் ஊடகங்கள்தாம் நிஜமாகவே தேசத்தின் நான்காவது தூண் என ஐயந்திரிபற நிரூபித்தன.

22

விசாரணை - வழக்கு - தீர்ப்பு

அறுபதுக்கும் மேற்பட்ட தேசிய மற்றும் சர்வதேச தனித்தனி விசாரணைக் கமிஷன்கள் குஜராத் இனப் படுகொலைகளை ஆராய்ந்தன. அவற்றில் பெரும்பாலானவை சொன்ன முடிவு மாநில அரசுக்கு கலவரத்தில் பங்கு உள்ளது என்பதுதான்.

தேசிய மனித உரிமை ஆணையம் கலவரம் முழுக்க முன்கூட்டியே நன்கு திட்டமிடப் பட்டது, மாநில அரசு ஊழியர்களுக்கு இதில் பங்கு இருந்தது, போலீஸ் கலவரங்களை அடக் காமல் வேடிக்கை பார்த்தது என்று குறிப் பிட்டது. மோடியும் பாஜகவும் இனப் பெருமையை விதைத்து மத வெறுப்பைத் தூண்டுகிறார் எனக் குற்றம் சாட்டியது. பள்ளிப் பாடப்புத்தகங்களில் ஹிட்லரைக் கதாநாயக னாகச் சித்தரித்து நாஜி சித்தாந்தத்தையும் ஆரியப் பெருமையையும் பெரும் சாதனைகளாகக் காட்டும் பகுதிகளைப் புகுத்தியது மோடியின் அரசு. அரசியலமைப்புச் சட்டத்தில் குடிமக்க ளுக்குச் சொல்லப்பட்டுள்ள பாதுகாப்பையும்

உரிமையையும் வழங்கத் தவறியது என குஜராத் அரசின்மீது கடும் விமர்சனங்களை முன்வைத்தது.

முன்னாள் உச்ச நீதிமன்ற நீதிபதி கிருஷ்ணய்யர் தலைமையில் கலவரங்களை ஆராய்ந்த கன்சர்ன்ட் சிடிசன்ஸ் ட்ரிப்யூனல் 2003ல் விசாரித்து அளித்த அறிக்கை கோத்ரா சம்பவத்துக்கு வெகு நாள்களுக்கு முன்பிருந்தே முஸ்லிம் பகுதிகளில் இருந்த இந்து வீடுகளில் அசாதாரணமான இந்து அடையாளங்களைக் (காவிக்கொடி, இந்துக் கடவுள் படங்கள்) காட்சிப்படுத்தத் தொடங்கிவிட்டார்கள். பெரும் கலவரத்தை எதிர்நோக்கி, அதில் தாம் முஸ்லிம் என்ற தவறான புரிதலில் பாதிக்கப்படலாகாது என்ற முனைப்பு அந்த நடவடிக்கைகளில் தென்படுகிறது என்றது அவ்வறிக்கை.

விஷ்வ ஹிந்து பரிஷத் மற்றும் பஜ்ரங் தள் கட்சிகள் சில பயிற்சி வகுப்புகளை நடத்தியதில் முஸ்லிம்களை எதிரிகளாகப் பாவிக்க வேண்டும் என்று சொல்லித் தரப்பட்டது. இதற்கு பாஜகவும் ஆர்எஸ்எஸூம் ஆதரவு. மாநில அரசுக்கு கலவரங்களில் பங்கு இருந்தது என்பதில் சந்தேகமே இல்லை என்றது. மத்திய அரசு மாநில அரசுக்கு ஆதரவாக நடந்து கொண்டதையும் அது கண்டித்தது.

சம்ஹத் நிறுவனத்தின் (Safdar Hashmi Memorial Trust - SAHMAT) சார்பில் டாக்டர் கமல் மித்ரா ஷெனாய் தலைமையில் ஓர் உண்மை அறியும் குழு 2002 கலவரங்களை ஆராய்ந்தது. இதனை மதக்கலவரம் என்று சொல்வதைவிட முஸ்லிம் இன மக்களை அடியோடு ஒழிக்கும் செயலாகவே பார்க்க முடிகிறது என்று தெரிவித்தது. இந்தியாவில் 1969, 1985, 1989 மற்றும் 1992 ஆண்டுகளில் நடந்த கலவரங்களோடு ஒப்பிடுகையில் இது மிக பிரம்மாண்டமானது. உயிரிழப்புகளின் அடிப்படையில் மட்டுமல்ல அதன் கொடூரத்தன்மையிலும் என்று குறிப்பிட்டது.

மாநில அரசால் கோத்ரா சம்பவத்தை விசாரிக்க அமர்த்தப்பட்ட ஜே. ஜி. ஷா (ஒரு நபர் கமிஷன்) ரயில் எரிப்பு முன்கூட்டியே திட்டமிடப்பட்டது என அறிவித்தார். தேசிய மனித உரிமை ஆணையமும், தேசிய சிறுபான்மையினர் ஆணையமும் நடப்பு உச்சநீதிமன்ற நீதிபதி ஒருவர் இதனை விசாரிக்க வேண்டும் எனக் கோரியது. உச்சநீதிமன்றம் ஷா கமிஷனின் முடிவுகள் எந்த ஆதாரத்தையும் அடிப்படையாகக் கொண்டதில்லை, வெறும் கற்பனை என விமர்சனம் செய்தது.

மார்ச் 6 அன்று கோத்ரா சம்பவத்தையும் அதற்குப் பிந்தைய வன்முறைகளையும் விசாரிக்க ஓய்வு பெற்ற உயர்நீதிமன்ற நீதிபதியான கே.ஜி. ஷா தலைமையில் விசாரணைக்குழு ஒன்றை மாநில அரசு அமர்த்தியது. மே 21 அன்று இதனை விரிவுபடுத்தி நீதிபதி நானாவதி சேர்க்கப்பட்டு ஷா - நானாவதி கமிஷன் ஆனது.

இந்த விசாரணை கமிஷன் ஆரம்பிக்கப்பட்டதிலிருந்தே எதிர் கட்சிகள், சமூக ஆர்வலர்கள் இதை எதிர்த்தனர். ஓய்வுபெற்ற உயர்நீதிமன்ற நீதிபதியைவிட தற்போது பதவியில் இருக்கும் ஓர் உச்சநீதிமன்ற நீதிபதியைக் கொண்டு கமிஷன் அமைக்கப்பட வேண்டும் என இவர்கள் கோரினர். குஜராத் மாநில அரசு அதற்கு ஒப்புக்கொள்ளவில்லை. கமிஷன் சில மாதங்களிலேயே சாட்சிகளிடமிருந்து எந்த வாக்குமூலங்களும் பெறப்படாம லேயே போலீஸ் மற்றும் அரசாங்கத்தின் தரப்பில் எந்த சுணக்கமும் கலவரங்களைக் கையாள்வதில் இல்லை எனத் தீர்ப்பளித்தது.

2008ல் இந்தக் கமிஷனில் இருந்த ஷா இறந்தார். அவருக்குப் பதிலாக நீதிபதி அக்ஷய் மேத்தா அமர்த்தப்பட்டார். இவரும் ஓய்வு பெற்ற உயர்நீதிமன்ற நீதிபதியே. ஆனால் அவரது நியமனம் கடும் கண்டனத்துக்குள்ளானது. இவர் நரோடா பாட்டியா கலவர வழக்கில் முக்கியக் குற்றவாளியாகச் சேர்க்கப் பட்டிருந்த பஜ்ரங் தளத்தைச் சேர்ந்த பாபு பஜ்ரங்கி என்பவருக்கு ஜாமீன் அளித்தவர்.

இன்னமும் இந்தக் கமிஷன் தன் இறுதித் தீர்ப்பை வழங்க வில்லை. ஜூலை 2013ல் இந்தக் கமிஷன் தன் 20வது கால நீட்டிப்பைப் பெற்றது. மோடி பாஜகவின் பிரதமர் வேட்பாளராக நிற்கும் 2014 லோக்சபா தேர்தல்கள் முடிந்து முடிவுகள் வரும் வரை அவருக்கு எதிராக எந்தத் தீர்ப்பும் வெளியாகக் கூடாது என்றே வேண்டுமென்று தீர்ப்பைத் தாமதப்படுத்துகிறார்கள் எனப் பரவலான விமர்சனங்கள் உள்ளன.

ஷா - நானாவதி கமிஷன் முன் அரசின் பிரதிநிதியாக வாக்கு மூலம் அளித்த அரவிந்த் பாண்டியா இதில் அந்த விசாரணைக் கமிஷனையே எளிதில் அரசுக்குச் சாதகமாக தீர்ப்பு சொல்ல வைக்க முடியும் எனப் பேசியிருந்தார். கமிஷனையே கேள்விக் குள்ளாக்கியது இது. பிற்பாடு பாண்டியா பதவி விலக நேரிட்டது.

தெஹல்கா இவ்விஷயங்களை அம்பலப்படுத்தியதற்கு அரசியல் உள்நோக்கங்கள் உள்ளன என்றும், ஏற்கெனவே வெளியே தெரிந்த விஷயங்களையே தெஹல்கா ஆதாரத்துடன் வெளியே கொண்டு வந்துள்ளது என்றும் விமர்சனங்கள் எழுந்தன.

தெஹல்காவிடம் பேசியவர்கள் சிலர் அளித்த தகவல்களில் இருந்த சில தவறான தகவல்கள் அவற்றின் ஒட்டுமொத்த நம்பகத்தன்மை குறித்து கேள்வி எழுப்பச் செய்தது. உதாரண மாக பாபு பஜ்ரங்கி, சுரேஷ் ரிச்சர்ட் இருவரும் கலவரங்களுக்கு அடுத்த நாள் கலவரக்காரர்களுக்கு நன்றி சொல்ல நரோதா பாட்டியாவுக்கு மோடி வந்தார் என தம் வாக்குமூலத்தில் தெரிவிக்கின்றனர். ஆனால் மாநில அரசின் அதிகாரப்பூர்வ தரவுப்படி அன்று மோடி நரோடா பாட்டியா செல்லவே இல்லை.

ரமேஷ் தேவ் என்ற கலவரக்காரர் தாரியாபூரில் டிவிஷனல் சூப்பிரண்டண்ட்டாக இருந்த எஸ்.கே. காந்த்வி என்பவர் சொன்னபடி ஐந்து முஸ்லிம்களைச் சுட்டுக் கொன்றார் எனச் சொல்லியிருக்கிறார். ஆனால் காந்த்வி கலவரத்துக்கு ஒரு மாதத் துக்குப் பிறகு தான் தாரியாப்பூரில் பணி அமர்த்தப்பட்டிருக்கிறார்.

இந்தியாவில் பெண்களுக்கான மிகப் பெரிய அரசு அமைப்பான தேசிய பெண்கள் கமிஷன் குஜராத் கலவரங்களில் பெருமளவில் பெண்கள் பாதிக்கப்பட்டிருந்தும் அதை மிக மென்மையாகவே அணுகியது. நஃபீஸா ஹுஸைன் என்ற அந்த அமைப்பின் உறுப்பினர் இன்னும் ஒருபடி மேலே போய் குஜராத் கலவரங் களில் பெண்கள் பாதிப்புக்குள்ளானதை மிகைப்படுத்திக் காட்டு வதாக ஊடகங்களையும் சில அரசு சாரா நிறுவனங்களையும் கண்டித்தார். ட்ரிப்யூன் இதழ் குஜராத் கலவரங்களில் அரசுக்குப் பங்கிருப்பதைச் சொல்லும் தேசிய பெண்கள் கமிஷனின் தொனியில் ஒரு விருப்பமின்மையும் அலட்சியமும் இருக்கிறது என அதைக் கண்டித்தது.

2005ல் வடோதரா ஃபாஸ்ட் ட்ராக் கோர்ட் அவ்தூத் நகரில் போலீஸ் பாதுகாப்பில் வீடு திரும்பிக் கொண்டிருந்த இடம் பெயர்ந்த முஸ்லிம்களை ஒரு கும்பல் தாக்கி, அதில் இரு இளைஞர்களைக் கொன்ற வழக்கில் குற்றம்சாட்டப்பட்ட 108 பேரை விடுவித்தது. ஆனால் பதிலாக இந்த வழக்கில் குற்றவாளிகளைச் சரியாக அடையாளம் காட்ட முடியால் போன

தற்காகவும், முஸ்லிம்களுக்கு பாதுகாப்பு அளிக்கத் தவறியதற் காகவும் போலீஸ்காரர்களுக்குத் தண்டனை வழங்கியது.

அகமதாபாத்தின் தனிலிம்டாவில் ஓர் இந்துவைக் கொன்று இன்னொருவரைக் காயப்படுத்திய வழக்கில் 9 பேரைத் தண்டித்தது, 25 பேரை விடுவித்தது.

பஞ்ச்மஹால் மாவட்டத்தின் எரால் கிராமத்தில் ஒரு குடும்பத் தின் 7 பேரைக் கொன்று 2 மைனர் பெண்களை பாலியல் வல்லுற வுக்கு உட்படுத்திய நிகழ்வில் விஷ்வ ஹிந்து பரிஷத் உள்ளூர் தலைவர் மற்றும் உறுப்பினர் உட்பட 8 பேருக்குத் தண்டனை வழங்கப்பட்டது. பஞ்ச்மஹால் மாவட்டத்தின் பவகத் மற்றும் திக்வா கிராமங்களில் நடந்த கலவரங்களில் குற்றம் சாட்டப்பட்ட 52 பேர் போதிய ஆதாரம் இல்லாத காரணத்தால் விடுவிக்கப்பட்டனர். கொலை முயற்சி வழக்குகளில் ஜூலை 2012ல் 22 பேரைத் தண்டித்தது, 61 பேரை விடுவித்தது.

ஏப்ரல் 2009ல் உச்ச நீதிமன்றம் தன்னிடம் சமர்ப்பிக்கப்பட்ட குஜராத் 2002 கலவரங்கள் குறித்த வழக்குகளை விசாரிக்க சிறப்புப் புலனாய்வுக் குழு ஒன்றை அமர்த்தியது. முன்னாள் சிபிஐ இயக்குநர் ஆர்.கே.ராகவன் இதற்கு தலைமை வகித்தார். இவர் விசாரித்துவிட்டு தீஸ்டா சேடல்வாட் உள்ளிட்ட அரசு சாரா நிறுவனங்கள் போலியான கலவர சம்பவங்களை கற்பனையில் உருவாக்கி சாட்சிகளுக்குச் சொல்லிக் கொடுத்துச் சொல்ல வைத்திருக்கின்றனர் என முடிவை அறிவித்தார்.

வாக்குமூலம் அளித்த 22 பேர் உண்மையில் சம்பவம் நடந்த இடங்களில் இல்லை, ஆனால் சேடல்வாட் அவர்களுக்குச் சொல்லிக் கொடுத்து சாட்சி சொல்ல வைத்திருக்கிறார் என்றார். மிகப் பிரபலமான கர்ப்பவதி கௌஸர் பானு வழக்கு (கூட்டாகப் பாலியல் வல்லுறவு செய்யப்பட்டு, வயிற்றைக் கிழித்து சிசுவை வெளியே உருவிக் கொன்ற வழக்கு) கூட இப்படி ஜோடிக்கப் பட்டதே என அவர் சொல்லி இருந்தார். இந்த ஆய்வறிக்கை களை விசாரித்த உச்சநீதிமன்ற பெஞ்ச் பல கலவர வழக்குகளின் புலனாய்வுகளை மறுபடி செய்ய உத்தரவிட்டது.

சிறப்புப் புலனாய்வுக் குழு குல்பர்க் படுகொலைகளில் நரேந்திர மோடிக்கு எந்தச் சம்பந்தமும் இல்லை என விடுவித்தது. இக்குழு மோடி ரயில் எரிப்பு தினத்தன்று கூட்டிய உயர் அதிகாரி களின் நள்ளிரவுக் கூட்டத்தில் ஐபிஸ் அதிகாரி சஞ்சீவ் பட்

கலந்து கொள்ளவே இல்லை என அறிவித்தது. (கலவரத்தைத் தடுக்க வேண்டாம் என மோடி அக்கூட்டத்தில் சொன்னதாக இவர் குற்றம்சாட்டியிருந்தார்). இதை இந்த வழக்கின் ஆலோசகரான ராஜூ ராமச்சந்திரன் கடுமையாக ஆட்சேபித்தார்.

சஞ்சீவ் பட் பொய் சொல்கிறார் என்பதற்கு எந்த ஆதாரமும் இல்லை. அவருடைய வாக்குமூலத்தை வைத்தே நரேந்திர மோடியின்மீது வழக்குத் தொடுக்கலாம். இந்த நிலையில் சஞ்சீவ் பட்டின் வாக்குமூலத்தை நம்பாமல் இருக்கவும் நரேந்திர மோடியைக் குற்றமற்றவர் எனக் கூறவும் எந்த அடிப்படையும் இல்லை என்றார்.

இந்த வழக்கில் பப்ளிக் ப்ராஸிக்யூட்டராக ஆஜரான ஆர்.கே. ஷா இடையில் விலகிக் கொண்டார். அவர் அதற்கு சொன்ன காரணம் சிறப்புப் புலனாய்வுக் குழுவுடன் தம்மால் இணைந்து பணிபுரிய முடியவில்லை என்பதே. பல உயிர்கள் பலியான வழக்கில் முக்கியமான சாட்சிகளிடம் மிகக் கடுமையாக நடந்து கொள்கிறார்கள், அவர்களைக் குழப்புகிறார்கள், சாட்சி விவரங்களை சரியாகப் பகிர்வதில்லை, முறையான ஒத்துழைப்பு தருவதில்லை, இதெல்லாம் அவர்கள் கடமை என்றார்.

உச்ச நீதிமன்றம் நியமித்த சிறப்புப் புலனாய்வுக் குழுவின் விசாரணைகளில் பலசாட்சிகள் மழுப்பப்பட்டிருக்கின்றன / மறைக்கப்பட்டிருக்கின்றன எனப் பரவலாகக் குற்றச்சாட்டுகள் எழுந்துள்ள நிலையில் கலவரத்தில் இறந்த முன்னாள் காங்கிரஸ் எம்பி ஜாஃப்ரியின் மனைவி இதை எதிர்த்து மறுவிசாரணை கோரினார். டிசம்பர் 2013ல் மோடியை இந்த வழக்கிலிருந்து நீதிமன்றம் விடுவித்தது.

இத்தனைக்கும் பாஜகவுக்கு நேரடி எதிரிக் கட்சியான காங்கிரஸ் மத்தியில் ஆட்சியில் இருக்கும்போதுதான் எல்லா விசாரணை களும் நடைபெற்றன. ஆனாலும் எந்த நீதிபரிபாலனமும் சரியாக வழங்கப்படவில்லை. காங்கிரஸ் கட்சியிலிருந்த சிலரும் குஜராத் கலவரங்களில் பங்கு வகித்தனர் என்ற குற்றச்சாட்டு இருக்கிறது. ஒருவேளை அதுவும் காரணமாக இருக்கக்கூடும்.

‘ஆலமரம் சாயும்போது பூமி அதிரத்தானே செய்யும்’ என பிரதமர் இந்திரா காந்தி கொலையை ஒட்டி 1984ல் நடந்த சீக்கியர்கள் படுகொலைகளை நியாயப்படுத்திய காங்கிரஸாரிடமிருந்து சமரசமற்ற நீதியை எதிர்பார்க்க முடியுமா?

23

மத்திய அரசும் எதிர்கட்சிகளும்

கோத்ரா ரயில் எரிப்பு நடந்ததும் காமன்வெல்த் மாநாட்டுக்காக ஆஸ்திரேலியா செல்லவிருந்த பிரதமர் வாஜ்பாய் தன் பயணத்தை ரத்து செய் தார். அயோத்தியில் மேற்கொண்டுள்ள கோயில் தொடர்பான நடவடிக்கைகளை நிறுத்தி வைக்கு மாறு விஷ்வ ஹிந்து பரிஷத்தை அவர் கேட்டுக் கொண்டார். அடுத்த நாள் ஆர்எஸ்எஸ் தலைவர் களுடன் பிரதமர், உள்துறை அமைச்சர் மற்றும் உமாபாரதி ஆகியோர் அவசரக் கூட்டமொன்றை நடத்தினர். 'குஜராத் கலவரங்கள் தேசியக் களங்கம், சர்வதேச அரங்கில் இந்தியாவின் பெயரைத் தாழ்த்தி விட்டன' என்றார் அவர்.

மார்ச் 1 அன்றே பாதுகாப்பு அமைச்சர் ஜார்ஜ் ஃபெர்னாண்டஸ் அகமதாபாத் விரைந்தார். கோத்ரா சம்பவம் முன்கூட்டியே திட்டமிட்டப் பட்டது என்றார். சூரத் கலவரப் பகுதிகளில் ஜார்ஜ் ஃபெர்னாண்டஸ் சுற்றுப்பயணம் மேற் கொண்டார்.

பனாஜியில் நடந்த பாஜகவின் தேசிய செயற்குழு கூட்டத்தில் மோடியை முதல்வர் பதவியில் இருந்து நீக்க வேண்டும் என்ற கருத்து நிராகரிக்கப்பட்டது.

மார்ச் 1 அன்று டெல்லியில் நடந்த அனைத்துக் கட்சிக் கூட்டத் துக்குப் பின் பிரதமர் வாஜ்பாய், சோனியா காந்தி மற்றும் பிற தலைவர்கள் இணைந்து அமைதியைக் கடைப்பிடிக்குமாறு குஜராத் மக்களுக்கு வேண்டுகோள் விடுத்தனர்.

மத்திய விமானப் போக்குவரத்துத்துறை அமைச்சர் ஷா நவாஸ் ஹுசைன் கலவரங்களைக் கையாள்வதில் குஜராத் அரசின் தாமதமான போக்கைக் கண்டித்தார். பிரதமரிடமும் புகார் அளித்தார். அவர் பாஜகவைச் சேர்ந்தவர். கட்சிக்குள் இருந்தே வந்த முதல் மேல்மட்ட எதிர்ப்புக் குரல் இது.

விடுமுறையை ரத்து செய்து விட்டு, குஜராத் வன்முறையை பாராளுமன்றத்தில் விவாதிக்கவேண்டும் என அரசும் எதிர்கட்சி களும் முடிவெடுத்தன. மோடியைப் பதவி நீக்கவேண்டும் என்ற கோரிக்கையையும் குஜராத் அரசு அறிவித்துள்ள ஓய்வு பெற்ற உயர் நீதிமன்ற நீதிபதியைக் கொண்ட ஷா கமிஷனுக்குப் பதிலாக பணியில் இருக்கும் உச்சநீதிமன்ற நீதிபதியை கொண்ட விசாரணைக் கமிஷன் அமைக்கவேண்டும் என்ற எதிர்க்கட்சி களின் கோரிக்கையை பாராளுமன்றத்தில் உள்துறை அமைச்சர் அத்வானி நிராகரித்தார். இது கடுமையாக விமர்சிக்கப்பட்டது.

குஜராத் வன்முறைகளில் மக்களைக் காக்கத் தவறிய மோடி மற்றும் வாஜ்பாய் அரசுகளின்மீது அதிருப்தியை வெளிப்படுத்தி னார் குடியரசுத் தலைவர் கே.ஆர். நாராயணன். அந்த ஆண்டு ஹோலிப் பண்டிகையைக் கொண்டாடப் போவதில்லை என்று அறிவித்தார். இதை அடுத்து பிரதமர், உள்துறை அமைச்சர், எதிர் கட்சித் தலைவர் ஆகியோரும் ஹோலிப் பண்டிகையைப் புறக்கணிப்பதாக அறிவித்தனர்.

ஏப்ரல் மாதத்தில் மத்தியில் கூட்டணியில் இருந்த சமதா கட்சியும் திரிணாமுல் காங்கிரஸ் கட்சியும் எதிர்கட்சிகளுடன் இணைந்து மோடியைப் பதவி நீக்கக் கோரின. தேசிய ஜனநாயக் கூட்டணியில் இருந்த தெலுங்கு தேசம் கட்சியும் மோடி பதவி நீக்கம் செய்யப்பட வேண்டும் என அறிவித்தது. மோடி பதவி நீக்கம் செய்யப்பட வேண்டும் என சோனியா காந்தி ராஜ்கோட்டில் தர்ணா நடத்தினார்.

அந்த மாத இறுதியில் குஜராத் கலவரங்களுக்காக எதிர்கட்சிகள் மத்திய அரசின்மீது நம்பிக்கை இல்லாத் தீர்மானம் கொண்டு வந்தன. இச்சூழலில் மத்திய சுரங்கத் துறை அமைச்சர் ராம்

விலாஸ் பாஸ்வானும் மத்திய வெளியுறவுத் துறை அமைச்சர் ஒமர் அப்துல்லாவும் பதவி விலகப் போவதாக அறிவித்தார்கள். கலவரங்கள் கையாண்ட விதம் குறித்த அதிருப்தியை வெளிப் படுத்தினர்.

குஜராத் வன்முறைகளைக் கண்டித்து டெல்லியில் நடத்தப்பட்ட பேரணி ஒன்றில் கலந்து கொண்ட முன்னாள் பிரதமர் விபி சிங் ஃபாசிச வேர்களை இந்தியாவில் பரவவிட நடந்த திட்டமிட்ட முயற்சிதான் குஜராத் படுகொலைகள் என்றார். கலவரப் பகுதிகளுக்கு மீண்டும் வந்த சோனியா அமைதி திரும்பவும் இந்து - முஸ்லிம் நல்லிணக்கம் ஏற்படவும் அகமதாபாத்தில் பேரணி நடத்தினார்.

மே 1 அன்று பாராளுமன்றத்தில் வாஜ்பாய் அரசுமீது கொண்டு வந்த நம்பிக்கை இல்லாத் தீர்மானம் தோல்வியுற்றது. குஜராத் குறித்த எதிர்கட்சிகளின் தீர்மானத்தை ராஜ்யசபாவில் நிறை வேற்ற பாஜக ஒப்புக்கொண்டது. 355ம் பிரிவைப் பயன்படுத்தி குஜராத்தில் மத்திய அரசு தலையிட வேண்டும் எனக் கோரியது அந்தத் தீர்மானம். எதிர்கட்சிகளின் தீர்மானத்துக்கு பதிலளிக்கை யில் 355ம் பிரிவைப் பயன்படுத்த வேண்டியதில்லை என அறிவித்தார் பிரதமர்.

மோடியை நீக்குவதாகவே முதலில் முடிவு செய்திருந்ததாகவும் பிறகு பனாஜி பாஜக செயற்குழு கூட்டத்துக்குப் பின் அதை மாற்றிக் கொண்டதாகவும் சொன்னார் வாஜ்பாய். அவரை நீக்கினால் குஜராத்தில் எதிர்மறையான விளைவுகள் நடக்கும் என அஞ்சியதால் இம்முடிவு என்றும் தெரிவித்தார்.

மார்ச் இறுதியில் கலவரங்கள் தொடர்பாக மோடியை டெல்லி யில் அழைத்து பிரதமர் பேச்சுவார்த்தை நடத்தினார். அமைதிக் கான வழியைக் காணக் கேட்டுக் கொண்டார். அடுத்த வாரத்தில் தான் குஜராத் வரும் முன் முகாம்களில் வாழ்கிற மக்களின் மறுவாழ்வுக்கான திட்டம் ஒன்றை அவர் கேட்டுக் கொன்டார்.

ஏப்ரல் 4 அன்று ஷா ஆலம் அகதிகள் முகாமில் 4,000க்கும் மேற் பட்ட அகதிகளை நோக்கிப் பேசுகையில் ‘குஜராத்தில் நடந்த வற்றுக்காக நான் வெட்கப்படுகிறேன். தனியாக இருப்பதாக நினைத்துவிடாதீர்கள். நாடு முழுவதும் உங்களுடன் இருக் கிறது’ என்றார். கலவர இடங்களை நேரில் பார்வையிட்டுவிட்டு

அதை குஜராத் அரசு கையாண்ட விதம் குறித்து கவலை வெளியிட்டார். ஆனால் மோடிக்குப் பதிலாக வேறு முதல்வரை நியமிக்கும் கோரிக்கையை நிராகரித்தார்.

ஆனால் மோடியும் பிரதமருடன் வந்திருந்ததால் பிரதமர் பேசிக் கொண்டிருக்கும்போதே நிவாரண முகாமில் இருந்தவர்கள் மோடிக்கு எதிராகக் கோஷமிட்டனர். கலவரத்துக்கு அரசு துணை நின்றதை விரிவாக பிரதமரிடம் எடுத்தியம்பினர்.

ஏப்ரலில் குஜராத்தில் நிவாரணப் பயணம் மேற்கொண்ட பாதுகாப்பு மந்திரி ஜார்ஜ் ஃபெர்னாண்டஸ் நிலைமையில் முன்னேற்றம் ஏற்பட்டுள்ளது என அறிவித்தார்.

அயல் தேசத்துத் தலைவர்கள் குஜராத் கலவரங்களை விமர்சிப்பதை மத்திய வெளியுறவுத் துறை கண்டித்தது. அதன் செய்தித் தொடர்பாளர் நிருபமா ராய் தமது நாட்டில் இருக்கும் அமைப்புகளை திருப்திப்படுத்த எமது உள்நாட்டுப் பிரச்னைகளில் தலையிடுவதை இந்தியா விரும்பவில்லை என அறிவித்தார். குஜராத் கலவரங்கள் சர்வதேசிய அமைதிக்கு விடப்பட்ட சவால் எனவே அதை உள்நாட்டுப் பிரச்சனையாகக் கருதி கருத்து தெரிவிக்காமல் இருந்துவிட முடியாது என்று ஐரோப்பிய யூனியனின் அரசியல் நிபுணர்கள் தெரிவித்தனர்.

பிரிட்டன், கனடா, ஐரோப்பிய யூனியன், சுவிட்சர்லாந்து போன்ற நாடுகள் குஜராத் வன்முறைகள் குறித்து கவலை தெரிவித்ததைத் தொடர்ந்து மதச்சார்பின்மை குறித்து இந்தியாவுக்கு யாரும் அறிவுரை வழங்க வேண்டியதில்லை எனக் கடுமையாகச் சொன்னார் பிரதமர் அடல் பிஹாரி வாஜ்பாய்.

தமிழகத்தில் திமுக, பாமக, மதிமுக, எம்ஜிஆர் அதிமுக (அதிமுகவிலிருந்து பிரிந்து வந்த எஸ். திருநாவுக்கரசுவின் கட்சி. பிற்பாடு இவர் பாஜகவில் இணைந்தார்) ஆகிய கட்சிகள் மத்தியில் ஆளும் பாஜக அரசின் கூட்டணியில் இடம் பெற்றிருந்தன. ஆனால் அவை குஜராத் கலவரங்கள் தொடர்பாக மத்திய அரசின் மீது குறிப்பிடும்படியாக எந்த அரசியல் அழுத்தமும் தரவில்லை.

அப்போது தமிழக முதல்வராக இருந்த ஜெயலலிதா கலவரங்களைக் கண்டித்து நரேந்திர மோடி பதவியைவிட்டு விலக வேண்டும் எனக் கோரிக்கை விடுத்தார்.

மகாராஷ்ட்ராவின் சிவசேனா கலவரங்களை ஆதரித்து மோடியைப் பாராட்டியது. மற்றபடி காங்கிரஸ், கம்யூனிஸ்ட் உள்ளிட்ட கட்சிகள் கடுமையாக எதிர்த்தன.

வலதுசாரிகள் தவிர பொதுவாக அனைத்துக் கட்சிகளும் கலவரங்களுக்காக நரேந்திர மோடியின் அரசை நேரடியாகவோ மறைமுகமாகவோ விமர்சித்தன.

24

மறுவாழ்வு – தேர்தல் – விளைவுகள்

கலவரத்துக்குப் பிந்தைய அரசின் நிவாரணங்கள் போதுமானதாக இல்லை.

ஆம்னெஸ்டி இண்டர்னேஷனல் அமைப்பின் 2003ம் ஆண்டின் ஆய்வறிக்கை குஜராத் அரசு கலவரங்களில் உயிர் பிழைத்த முஸ்லிம்களின் மறுவாழ்வுக்கு சரியான நடவடிக்கைகளை மேற்கொள்ளவில்லை எனக் குறிப்பிட்டது.

கோத்ரா ரயில் எரிப்புச் சம்பவத்தில் இறந்த இந்துக்களின் குடும்பங்களுக்கு தலா 2 லட்சம் ரூபாய் நிவாரணம் அறிவித்த குஜராத் அரசு, பின் வந்த கலவரங்களில் இறந்த முஸ்லிம்களின் குடும்பங்களுக்கு தலா 1 லட்சம் ரூபாய் நிவாரணம் அறிவித்தது. இது பலத்த சர்ச்சைக்கு உள்ளானது. பிறகு மாநில அரசு வேண்டா வெறுப்பாக நிவாரண நிதியை 1.5 லட்சம் ரூபாயாக உயர்த்தி அறிவித்தது. என்ன இருந்தாலும் முஸ்லிம் உயிர் இந்து உயிரை விட மலிவானது தானே!

27 மார்ச்சில் 101 நிவாரண முகாம்களில் சுமார் 1 லட்சம் பேர் இருந்தனர். இது அடுத்த இரு

வாரங்களில் 104 முகாம்களில் 1.5 லட்சம் என அதிகரித்தது. இந்த முகாம்களை முன்னின்று நடத்தியது சில அரசு சாரா நிறுவனங்களே. குடிநீர், மருத்துவ வசதி, உணவு, உடை, போர்வை ஆகியவை இங்கே வழங்கப்பட்டன.

ஆனால் அரசு உதவி சரிவரக் கிடைக்காததால் இவற்றில் கடும் பற்றாக்குறை நிலவியது. சுமார் 100 முகாம்களில் அரசாங்க உதவி சரிவரக் கிடைக்கவில்லை என்கிறார்கள். முகாம்களுக்கு எடுத்துச் செல்லப்பட்ட நிவாரணப் பொருட்கள்கூட அவற்றில் ஆயுதங்கள் இருக்கலாம் என்ற சந்தேகத்தில் தடுக்கப்பட்டிருக் கின்றன.

இவற்றில் சுமார் 18 முகாம்களை மூடச் சொல்லி அரசு மிரட்டி வலுக்கட்டாயமாக உத்தரவிட்டது. அங்கே தங்கியிருந்த சுமார் 25,000 பேர் மீண்டும் அடைக்கலமின்றி வெளியேறினர். தொடர்ந்து குஜராத் உயர்நீதிமன்றம் முகாம் அமைப்பாளர் களுக்கு போதிய அதிகாரங்கள் வழங்கப்பட வேண்டும், முகாம்கள் மூடப்படக்கூடாது என உத்தரவிட்ட பின்பே இந்த விஷயத்தில் அரசின் அட்டூழியங்கள் அடங்கின.

ஏப்ரல் 18 அன்று குஜராத் மாநிலத்தில் உயர்நிலைப் பள்ளி இறுதித் தேர்வுகள் நடந்தன. குறிப்பிடத்தக்க எண்ணிக்கையில் முஸ்லிம் மாணவர்கள் இதில் கலந்து கொள்ளவில்லை. ஆனால் 95 சதம் மாணவர்கள் எழுதியதாக அரசு அறிவித்தது.

கலவரங்களுக்குப் பின் ஆயிரக்கணக்கான முஸ்லிம்கள் தன் பணிகளில் இருந்து வெளியே அனுப்பப்பட்டார்கள். கலவரங் களில் மீண்டு சொந்த ஊர் திரும்பிய முஸ்லிம்களை சமூக ரீதியாகவும் பொருளாதார ரீதியாகவும் ஒதுக்கி வைத்தனர்.

மே 2008ல் மத்திய அரசு ரூ 320 கோடியை பாதிக்கப் பட்டோருக்கு அறிவித்தது.

★

எதிர்க்கட்சிகளும், மத்தியில் ஆட்சியில் இருந்த பாஜகவின் கூட்டணிக் கட்சிகள் மூன்றும் வன்முறையைக் கட்டுப்படுத்த முடியாமல் போனதற்குப் பொறுப்பேற்று குஜராத் முதல்வர் மோடி பதவி விலக வேண்டும் எனக் கோரிக்கை வைத்தன. சிலர் மத்திய உள்துறை அமைச்சர் அத்வானியும் பதவி விலக வேண்டுமென்றனர்.

ஜூலை 2002ல் சட்டசபையைக் கலைத்து விடுமாறு கவர்னரை நரேந்திர மோடி கேட்டுக்கொண்டார். ஆனால் தேர்தல் ஆணையம் குஜராத்தின் சட்டம் ஒழுங்கு நிலையைக் காரணம் காட்டி முன்கூட்டியே தேர்தல் நடத்த மறுத்துவிட்டது.

தேர்தல் ஆணையத்தின் இந்த முடிவை எதிர்த்து மத்திய அரசு உச்ச நீதிமன்றத்தில் வழக்குத் தொடுத்தது. உச்ச நீதிமன்றம் தேர்தல் ஆணையத்துக்கு ஆதரவாகத் தீர்ப்பளித்தது. இதனால் உடனடியாகத் தேர்தல் வரவில்லை.

ஆனால் மார்ச் 2003ல் நடக்க வேண்டிய சட்டசபைத் தேர்தலை சில மாதங்கள் முன்னதாக டிசம்பர் 2002லேயே தேர்தல் ஆணையம் நடத்தியது. மாபெரும் வெற்றி பெற்று மீண்டும் குஜராத் முதல்வராக ஆட்சிக்கு வந்தார் நரேந்திர மோடி.

★

2002 ஆகஸ்ட். ஷாகித் அஹ்மத் பக்ஷி என்ற லஷ்கர்-இ-தொய்பா தீவிரவாத இயக்க ஆசாமியின் வாயிலாக குஜராத் கலவரங்களுக்கு பதிலடி கொடுக்கும் நோக்கில் நரேந்திர மோடி, பிரவீன் தொகாடியா உள்ளிட்ட சில இந்துத்துவ இயக்க மற்றும் கட்சிகளின் தலைவர்களைக் கொல்லத் திட்டமிட்டிருந்தது அம்பலமானது.

2002 செப்டெம்பரில் குஜராத் காந்தி நகரில் அக்ஷர்தம் இந்துக் கோயில் முஸ்லிம் தீவிரவாதிகளால் தாக்கப்பட்டபோது முஸ்லிம்கள் சந்தித்த வன்முறைக்கான பழி தீர்க்கும் படலம்தான் அது எனக் குறிப்பிட்ட துண்டுப் பிரசுரங்கள் சிக்கின.

இஸ்லாமிய வன்முறைப் போராட்ட இயக்கமான இந்தியன் முஜாகிதீன் 2002 குஜராத் கலவரங்களுக்குப் பழிவாங்கும் விதத்திலும் இனிமேல் முஸ்லிம்களுக்கு எதிரான செயல்களைச் செய்யத் தயங்க வைக்கும் நோக்கிலும் தாக்குதல்களை நடத்தியது. 2008 டெல்லி குண்டு வெடிப்புகளின் போது அது பாபர் மசூதி இடிப்புக்கும், 2002 குஜராத் கலவரங்களுக்குமான பதிலடி எனக் குறிப்பிட்டார்கள்.

★

2005ல் நரேந்திர மோடி ஆசிய - அமெரிக்க உணவக உரிமையாளர்கள் சங்க விழாவில் பேச அமெரிக்கா அழைக்கப்பட்டார்.

ஆனால் மோடிக்கு விசா வழங்கக்கூடாது எனப் பல கல்வியாளர்கள் கையொப்பமிட்ட மனு அமெரிக்க அரசிடம் அளிக்கப்பட்டது. இதை எதிர்த்து சில இந்து இயக்கங்கள் புளோரிடாவில் எதிர்ப்புப் போராட்டம் நடத்தினர். ஜான் கன்யர்ஸ் மற்றும் ஜோஸப் பிட்ஸ் இருவரும் அமெரிக்க பிரதிநிதிகள் சபையில் மோடி மத துவேஷத்தைத் தூண்டும் வகையில் நடந்துகொண்டதைக் கண்டித்து தீர்மானம் நிறைவேற்றினர்.

ஜோஸப் பிட்ஸ் மோடிக்கு விசா மறுக்கப்பட வேண்டுமென அமெரிக்க அரசின் தலைமைச் செயலர் காண்டலீசா ரைஸுக்குக் கடிதம் எழுதினார். மார்ச் 1 அன்று மோடியின் டிப்ளொமேட்டிக் விஸா விண்ணப்பம் நிராகரிக்கப்பட்டது. ஏற்கெனவே அவர் வைத்திருந்த டூரிஸ்ட் விஸாவும் ரத்து செய்யப்பட்டது.

இப்போது வரையிலும் நரேந்திர மோடிக்கு அமெரிக்கா விசா வழங்கவில்லை.

★

2011ன் இறுதியில் குஜராத்தில் இந்து - முஸ்லிம் ஒற்றுமைக்காக நரேந்திர மோடி கோத்ரா உள்பட மாநிலத்தின் 36 இடங்களில் சத்பவன மிஷன் எனப்படும் தொடர் உண்ணாவிரதங்களை நடத்தினார். ஆனால் இது வெறும் விளம்பரம் என்று பரவலான விமர்சனங்கள் எழுந்தன. ஒரு நிகழ்ச்சியின்போது ஓரிடத்தில் முஸ்லிம் வழங்கிய தொப்பியை அவர் அணிய மறுத்தார் என்றும் சொல்கிறார்கள்.

குஜராத் கலவரங்கள் நடந்து கிட்டத்தட்ட 12 ஆண்டுகள் ஆகின்றன. ஆனால் இன்னமும் முஸ்லிம்கள் பழைய இயல்போடும், இணக்கத்தோடும் இந்துக்களோடு குஜராத்தில் வாழ முடியவில்லை என்பதே பொதுவான கருத்தாக இருக்கிறது.

கலவரத்துக்குப் பத்தாண்டுகள் கழித்து பிபிசிக்கு அளித்த ஒரு பேட்டியில் குஜராத் மாநில அரசின் மூத்த அமைச்சர் ஜெய் பிரகாஷ் வியாஸ் ‘2002 கலவரங்கள் ஒரு கெட்ட கனவு. அதை எல்லோரும் கடந்து வந்து விட்டார்கள்’ என வர்ணித்தார்.

ஆனால் கலவரங்கள் ஓர் உறக்கத்தின் கனவாக சுலபத்தில் மறைந்து போகாமல் ஒரு காயத்தின் தழும்பாகவே குஜராத்தின் சரித்திரத்தில் நிலைபெற்றுவிட்டது.

25

குஜராத்: கதையின் நாயகர்கள்

2002 குஜராத் கலவரங்கள் என்ற துன்பியல் நெடுங்கதையில் குஜராத் முதல்வர் நரேந்திர மோடி தொடங்கி வன்முறைகளில் ஈடுபட்ட இந்துச் சிறுவன் வரை ஆயிரக்கணக்கான வில்லன்கள் இருக்கிறார்கள். ஆனால் கதையின் பிற்பகுதியில் கொண்டாடப்பட வேண்டிய நாயகர்கள் வந்து நடந்த அத்தனை உண்மை களையும் வெளியே கொண்டு வந்தனர். இவர்கள் ஒவ்வொருவருக்கும் குஜராத் கலவரம் என்ற படத்தில் சிறுசிறு துண்டுகளை இணைத்து முழு உருவம் அளித்தனர்.

தேசிய மனித உரிமை ஆணையம்

மறைந்த முன்னாள் உச்ச நீதிமன்ற தலைமை நீதிபதி ஜே.எஸ். வர்மா 2002ல் தேசிய மனித உரிமைகள் ஆணையத்தின் தலைவராக இருந் தார். அவரது தலைமையில் மனித உரிமைகள் ஆணையத்தின் குழு பலமுறை கலவரத்தால் பாதிக்கப்பட்டவர்களையும் இடங்களையும் பார்வையிட்டு உண்மைகளைப் பொது வெளியில் பதிவு செய்தது. கலவரத்தைக்

கட்டுப்படுத்தாமல் விட்டதற்காகவும், மறுவாழ்வு நடவடிக்கைகளைச் சரிவர கவனிக்காமல் இருப்பதற்காகவும் மோடி தலைமையிலான குஜராத் அரசை மிகக் கடுமையாக இவர்கள் கண்டித்தனர்.

அரசு சாரா அமைப்புகள்

முன்னாள் உச்சநீதிமன்ற நீதிபதி வி.ஆர்.கிருஷ்ணய்யர் தலைமையினான Concerned Citizens Tribunal, Human Rights Watch, சம்ஹத் போன்ற அரசு சாரா அமைப்புகள் குஜராத் கலவரங்களை ஆராய்ந்து அறிக்கை அளித்தன. குஜராத்தில் நடந்த கொடூரங்கள் சர்வதே அளவில் கவனம் பெற்றதற்கு இவை முக்கியக் கருவிகளாயின.

உண்மை அறியும் குழுக்கள்

உண்மை அறியும் குழுக்கள் பலவும் குஜராத்தின் கலவரம் பாதித்த பகுதிகளுக்குச் சென்று பாதிக்கப்பட்டவர்களின் வாக்குமூலங்களைப் பதிவு செய்தன. குறிப்பாக உண்மை கண்டறியும் பெண்கள் குழு ஒன்று குழந்தைகளுக்கும் பெண்களுக்கும் நடந்த கொடுமைகளை மிக விரிவாகப் பதிவு செய்தது. இது ஒரு முக்கிய ஆவணமாகும்.

பத்திரிகையாளர்கள்

பல பத்திரிகையாளர்கள் கலவரம் நடந்த இடங்களை நேரில் சென்று ஆராய்ந்து புலனாய்வு செய்து உண்மைகளை எழுதினர். டைம்ஸ் ஆஃப் இந்தியாவில் பணிபுரிந்த சித்தார்த் வரதராஜன் உள்ளிட்டோர் இதில் முக்கியப் பங்காற்றினர். தெஹல்கா உள்ளிட்ட பத்திரிகைகளும், ஹெட்லைன்ஸ் டுடே உள்ளிட்ட சேனல்களும் பல உண்மைகளை ஆதாரத்துடன் வெளிக் கொணர்ந்தன.

தீஸ்டா சேடல்வாட்

Citizens for Justice and Peace (CJP) என்ற அரசு சாரா அமைப்பின் செயலாளரான தீஸ்டா சேடல்வாட் கலவரத்தில் பாதிக்கப்பட்டவர்களைச் சந்தித்து சாட்சியங்களைச் சேகரித்து வழக்கை முன்னுக்கு நகர்த்தினார். கலவரத்தில் பலியான முன்னாள் காங்கிரஸ் எம்பி இஷான் ஜாஃப்ரியின் மனைவியான ஸாகியா

ஜாஃப்ரியுடன் இணைந்து அவர் குஜராத் முதல்வர் மற்றும் 62 அரசியல்வாதிகள்மீது வழக்குத் தொடர்ந்தார்.

எரிக்கப்பட்ட குல்பர்க் சொஸைட்டியில் மறுபடி வீடு கட்டித் தருவதாகச் சொல்லி தன் அமைப்புமூலம் அவர் வசூலித்த ஒன்றரை கோடி ரூபாய் தொகை சரியாக அப்பணிகளுக்குப் பயன்படுத்தப்படவில்லை என்று அவர்மீது குற்றச்சாட்டு உள்ளது.

தெஹல்கா இதழ்

தருண் தேஜ்பால் ஆசிரியராக இருந்த தெஹல்கா இதழ் 2007ல் பத்திரிகையாளர் ஆசிஷ் கேத்தன் தலைமையில் குஜராத்தில் ரகசியப் புலனாய்வை மேற்கொண்டது. பாதிக்கப்பட்டவர் களால் பல முறை சொல்லப்பட்ட கதைகள் என்றாலும் குற்றம் இழைத்தவர்கள் வெளிப்படையாக ஒப்புக்கொண்டது அதுவே முதல் முறை.

போலீஸ் அதிகாரிகள்

ஐபிஎஸ் அதிகாரி சஞ்சீவ் பட் கோத்ரா ரயில் எரிப்பு அன்று இரவில் நடந்த குஜராத் அரசு உயரதிகாரிகள் கூட்டத்தில் கலவரத்தை அனுமதிக்குமாறு நரேந்திர மோடி வாய்மொழி உத்தரவு வழங்கியதைப் போட்டுடைத்தார். ஆர்.பி. ஸ்ரீகுமார் என்ற உளவுத்துறை ஏடிஜிபி அரசு கலவரங்களுக்கு உதவியாக இருந்தது என்ற உண்மையை ஒப்புக்கொண்டார். ராகுல் ஷர்மா என்ற ஐபிஎஸ் அதிகாரியும் முக்கிய தொலைபேசி உரையாடல்களை விசாரணை கமிஷனிடம் பகிர்ந்துகொண்டார்.

சிந்தனையாளர்கள்

பல எழுத்தாளர்களும் சிந்தனையாளர்களும் தொடர்ந்து குஜராத் கலவரங்கள் குறித்தும் சம்பந்தப்பட்ட குஜராத் அரசு, இந்துத்துவ இயக்கங்கள் மற்றும் மோடி குறித்தும் எந்தச் சமரசமும் இல்லாமல் தம் கருத்துகளைப் பதிவு செய்தனர்.

எழுத்தாளர் சல்மான் ருஷ்டி குஜராத் கலவரங்களில் பாஜக, விஷ்வ ஹிந்து பரிஷத் மற்றும் ஆர்எஸ்எஸின் பங்கைக் கண்டித் தார். புக்கர் பரிசு வென்ற அருந்ததி ராயும் கலவரங்களுக்காக மோடி அரசைக் கண்டித்துக் கட்டுரைகள் எழுதினார். பெங்காலி எழுத்தாளர் மஹாஸ்வேதா தேவி, சமூகப் போராளி மேதா

பட்கர் ஆகியோரும் மாநில அரசைக் கண்டித்து கருத்துக்கள் வெளியிட்டனர்.

தமிழில் அ.மார்க்ஸ் இந்த வன்முறைகள் குறித்து நிறைய எழுதினார். வினவு இணையதளமும் இது குறித்து சில கட்டுரை களை அவ்வப்போது வெளியிட்டது.

இந்தியாவிலிருந்து பொருளாதார நொபல் பரிசு வென்ற அமர்த்தியா சென் பிபிசிக்கு அளித்த ஒரு பேட்டியில் கோத்ரா ரயில் எரிப்பிற்கு எதிர்வினையாக நடந்த சம்பவங்களும் அதற்கு உடந்தையாக இருந்த அரசும் இது நன்கு திட்டமிட்ட ஒரு கலவரம் என்பதைத் தெளிவாகக் காட்டுகின்றன என்றார்.

மத்தியில் பாஜக ஆட்சியிலிருந்த போதுதான் அவருக்கு பாரத ரத்னா விருது வழங்கப்பட்டது. அவர் பாஜகவை எதிர்த்துக் கருத்து சொன்னதால் அதைத் திரும்பத் தர வேண்டும் என அக்கட்சிக்காரர்கள் சொன்னார்கள். வாஜ்பாய் சொன்னால் திரும்பத் தருகிறேன் என்று முடித்துக் கொண்டார் சென்.

2002 குஜராத் கலவரங்களுக்காகவே நரேந்திர மோடி பிரதமர் ஆகக்கூடாது என்றுஇன்றளவும் ஊடகங்களில் தொடர்ந்து பேசி வருகிறார்.

26

புத்தகம் - திரைப்படம் - இணையம்

கோத்ரா ரயில் எரிப்பையும் குஜராத் கலவரங்களையும் மையப்படுத்தி அல்லது பின்புலமாகக் கொண்டு அல்லது ஒரு சில இடங்களில் மட்டும் காட்சிப்படுத்தி சில புத்தகங்களும், திரைப் படங்களும் உருவாக்கப்பட்டிருக்கின்றன. இது பற்றி செய்திகள் அளிக்கப் பிரத்தியேகமாக சில இணையதளங்கள் இயங்குகின்றன.

சேத்தன் பகத் எழுதிய The 3 Mistakes of My Life என்ற ஆங்கில நாவலில் குஜராத் கலவரங்கள் ஒரு சம்பவமக இடம் பெறுகிறது. இதைத் தழுவி எடுக்கப்பட்ட Kai Po Che என்ற இந்திப் படத்திலும் இச்சம்பவங்கள் மேலோட்டமாக சொல்லப்பட்டன.

குஜராத் கலவரங்களைப் பற்றி 2003ல் Final Solution என்ற டாகுமெண்டரி படத்தை எழுத்தார் ராகேஷ் ஷர்மா. சென்ஸார் போர்டின் ஆட்சேபங்களின் காரணமாக இது முதலில் தடைசெய்யப்பட்டது. பிறகு அக்டோபர் 2004ல் தடை விலக்கப்பட்டது.

இது இரண்டு பகுதிகளைக் கொண்டது. முதல் பகுதியான Pride and Genocide கலவரங்களையும்

அதற்கு பிந்தைய சம்பவங்களையும் பதிவு செய்கிறது. குல்பர்க் சொஸைட்டி, நரோடா பாட்டியா, கலோல், தெலோல், எரால் ஆகிய இடங்களில் நடந்த கொடூர வன்முறைச் சம்பவங்களை நேரில் கண்ட சாட்சிகள் மற்றும் அவற்றில் பாதிக்கப்பட்டவர்களின் நேர்காணல்கள், வாக்குமூலங்கள் ஆகியவை இடம்பெறுகின்றன.

இரண்டாவது பகுதியான The Hate Mandate கோத்ரா எரிப்புச் சம்பவத்தை முன்வைத்து இஸ்லாமிய வெறுப்பு அரசியலை இந்துக்கள் மத்தியில் தூண்டுவதன் மூலம் நரேந்திர மோடி எப்படி மறுபடி குஜராத்தின் முதல்வராக அரியணை ஏறினார் என விவரிக்கிறது. பொருளாதார ரீதியாக முஸ்லிம்களை ஒதுக்குதல், பள்ளி போன்ற இடங்களில் பாரபட்சமாக நடத்துதல் ஆகியவற்றையும் இது காட்டுகிறது.

குல்பர்க் சொஸைட்டி படுகொலையில் காணாமல் போன பார்ஸிச் சிறுவனான அஸார் மோடியின் உண்மைக்கதையைத் தழுவி எடுக்கப்பட்டது 2007ல் ராகுல் தோலக்யா இயக்கத்தில் நஸ்ருதீன் ஷா மற்றும் சரிகாவின் நடிப்பில் வெளியான Parzania என்ற இந்தித் திரைப்படம். படத்தில் அவன் பெயர் பார்ஸான் பிதாவாலா. அவனது குடும்பத்தினர் அவனைத் தேடிச் செல்வதினூடாக அன்றைய குஜராத்தை, கலவரத்துக்குப் பிறகான நிலைமையைக் காட்சிப்படுத்துகிறது இப்படம்.

2008ல் நந்திதா தாஸ் இயக்கத்தில் நஸ்ருதீன் ஷா நடிப்பில் வெளியான அரசியல் த்ரில்லர் படமான Firaaq கலவரங்கள் முடிந்து ஒரு மாதம் கழித்து அது மக்களின் வாழ்க்கையில் எத்தகைய பாதிப்புகளை ஏற்படுத்தியிருந்தது என்பதைக் காட்டுகிறது.

2005ல் வெளியான Chand Bujh Gaya என்ற படம் கோத்ரா ரயில் எரிப்புச் சம்பவத்தின் பின்னணியில் அமைந்த ஒரு காதல் கதை. 2011ல் பஞ்கஜ் கபூர் இயக்கத்தில் வெளியான Mausam என்ற படம் 2002 அகமதாபாத் கலவரங்களில் முடியும்.

டி.வி.சந்திரன் குஜராத் நிகழ்வுகளை ஒட்டி மூன்று மலையாளத் திரைப்படங்கள் எடுத்தார்: Kathavasheshan *(2004)*, Vilapangalkkappuram *(2008)* மற்றும் Bhoomiyude Avakashikal *(2012)*. மூன்று படங்களுமே கோத்ரா ரயில் எரிப்பு சம்பவத் தன்று தொடங்குபவை.

★

குஜராத் கலவரங்கள் தொடர்பாக முற்றிலும் மாறுபட்ட ஒரு பார்வையை Gujarat Riots: The True Story என்ற இணையதளம் (http://www.gujaratriots.com/) முன்வைக்கிறது. அதாவது கோத்ராவில் நடந்த ரயில் எரிப்பு முஸ்லிம்களால் முன்கூட்டியே திட்டமிடப்பட்டது என்றும் பிற்பாடு இந்துக்கள் பங்கெடுத்த கலவரங்கள் முற்றிலும் சினத்தின் விளைவான செயலே என்றும் இது சொல்கிறது.

மோடி தலைமையிலான குஜராத் அரசு கலவரங்களை ஒடுக்க முழுமூச்சுடன் திறமையாக செயல்பட்டது, அதையும் மீறியே வன்முறைகள் நடந்தன என்கிறது இந்தத் தளம். கலவரங்கள் தொடர்பாக அரசின்மீது வைக்கப்படும் ஒவ்வொரு கேள்விக்கும் விளக்கமாகப் பதில் சொல்லப்பட்டிருக்கிறது. விரைவில் வெளி வரயிருக்கும் ஒரு புத்தகத்திலிருந்து சில பகுதிகளே இந்த இணையதளத்தில் வெளியிடப்படுகிறது என்றும் அதில் தெரிவிக்கப்பட்டிருக்கிறது. அந்த இணையதளத்தை யார் நடத்து கிறார்கள் என அதிகாரப்பூர்வமாக எந்தத் தகவலும் இல்லை.

நரேந்திர மோடியே தன் இணையப் பிரச்சாரப் பிரிவின் மூலம் இந்தத் தளத்தை நடத்துகிறார் என்று அதன் டொமைன் ஓனர் பெயரைக் காட்டிச் சொல்கிறார்கள்.

Truth of Gujarat இணையதளம் (http://www.truthofgujarat.com/) கோத்ரா ரயில் எரிப்பு மற்றும் குஜராத் கலவரங்கள் பற்றி அரசாங்கத்தையும் மோடியையும் குற்றம்சாட்டி பல தரவுகளை முன்வைக்கிறது. குஜராத்தின் அபார வளர்ச்சி என்பது மாயை என்றும் அங்கு நடந்த போலி என்கௌண்டர்கள் பற்றியும் இது பேசுகிறது. மோடி சொல்லும் சில பொய்கள், குஜராத்தின் ஊழல்களையும் இது சுட்டுகிறது.

★

இவை போக குஜராத் கலவரங்களைப் பற்றிய குறிப்பிடத்தகுந்த பல அபுனைவு நூல்கள் இருக்கின்றன (அவை இப்புத்தகத்தின் இறுதியில் குறிப்புதவி பகுதியில் பட்டியலிடப்பட்டுள்ளன). இதைப் பற்றிய விரிவான நல்ல கட்டுரைகள் சில தி இந்து, அவுட்லுக், தெஹல்கா போன்ற சஞ்சிகைகளில் வெளி வந்துள்ளன. தமிழில் காலச்சுவடு, உயிர்மை, தீராநதி ஆகிய இதழ்களில் இத்தகைய கட்டுரைகள் வெளிவந்தன.

27

அடுத்து?

Gandhi's Gujarat has become Godse's Gujarat.
- Sonia Gandhi (Porbandar, 1 May 2002)

குஜராத்தில் பத்தாம் வகுப்பு பாடப்புத்தகத்தில் ஹிட்லரைப் பற்றியும் நாஜிக் கொள்கைகளைப் பற்றியும் விதந்தோதும் பாடங்கள் இருக்கின்றன. ஒன்பதாம் வகுப்புப் பாடப்புத்தகத்தில் முஸ்லிம்கள், கிறிஸ்தவர்கள், பார்ஸிக்கள், யூதர்கள் எல்லோரும் இந்தியரல்லாத வெளி நாட்டவர் என்று சொல்லும் பகுதி இருக்கிறது

மோடி தலைமையிலான குஜராத் அரசு திட்டமிட்டே மக்கள் மத்தியில் பரவலாக அதுவும் மாணவப் பருவத்திலிருந்தே இந்து மத வெறியை, பிற மதங்களின் மீதான வெறுப்பை விதைக்க முயற்சிக்கிறது என்பது இதிலிருந்து புலனாகும்.

2002ல் குஜராத் கலவரங்கள் நடந்ததற்குப் பின் சில நாட்களில் மாநில அரசு நடத்திய உயர் நிலைப் பள்ளி இறுதித் தேர்வுகளில் கேட்கப் பட்ட ஒரு கேள்வி:

கீழ்க்கண்ட வாக்கியங்களை சேர்த்து ஒரே வாக்கியமாக ஆக்கு:

இரண்டு வழிகள் இருக்கின்றன. ஒன்று நாஜி வழி. மக்களைப் பிடிக்கவில்லை என்றால் அவர்களைக் கொல்லுங்கள், பிரித்து வையுங்கள், கம்பீரமாக மேலும் கீழும் நடங்கள். நீங்கள் இந்த மண்ணின் மைந்தர்கள் என பிரகடனப்படுத்துங்கள்.

அதாவது 2002ல் நடந்த குஜராத் கலவரங்கள் வெளிப்படையான மதவாதம். அது போக பல மட்டங்களில் பல வடிவங்களில் சத்தமில்லாமல் இந்து மதவாதம் இந்திய மக்களுக்கு வலதுசாரிகளால் தொடர்ந்து புகட்டப்பட்டு வருகிறது.

★

2014 லோக்சபா தேர்தலுக்களுக்கு பாஜகவின் பிரசார கமிட்டித் தலைவராக (அதாவது பாஜகவின் பிரதமர் வேட்பாளர்) நியமிக்கப்பட்டபின் முதல் முதலாக ஜுலை 2013ல் பேட்டியளித்த நரேந்திர மோடி குஜராத் கலவரங்கள் பற்றிக் கேட்கப்பட்டதற்கு ‘ஒரு நாய்க்குட்டி காரின் சக்கரங்களில் அடிபட்டால்கூட நான் மனம் வருந்துவேன். காரை நான் ஓட்டினேனா, பின்னால் அமர்ந்திருந்தேனா என்பதெல்லாம் விஷயமல்ல. அதே போல் முதலமைச்சராக இருந்திருந்தாலும் இல்லாவிட்டாலும் குஜராத் கலவரங்களுக்கு வருத்தப்படவே செய்திருப்பேன். ஆனால் அது சம்மந்தமாக எந்தக் குற்ற உணர்ச்சியும் கிடையாது’ என்றார்.

கலவரங்கள் குறித்து எந்தக் கேள்வி கேட்கப்பட்டாலும் மோடி தான் நிரபராதி என தீர்ப்புச் சொன்ன சிறப்புப் புலனாய்வுக் குழுவின் அறிக்கையையே காட்டுகிறார்.

மோடி பிரதமர் வேட்பாளராக நியமிக்கப்பட்டுள்ள நிலையில், அவர் ஒருவேளை பாஜக தனிப் பெரும்பான்மை பெற்றோ, கூட்டணிக் கட்சிகளின் பலத்துடனோ பிரதமரானால் 2002ல் குஜராத் முழுக்க அவரது கட்டுப்பாட்டில் இருந்தது போல் 2014ல் பரந்த இந்த இந்திய தேசம் முழுக்க அவரது கட்டுப்பாட்டில் இருக்கும்.

நரேந்திர மோடி நாட்டை ஆளப் போவதை விஷ்வ ஹிந்து பரிஷத் தலைவர் அஷோக் சிங்ஹால் சொன்ன ஒரு விஷயத்துடன் சேர்த்துப் பார்க்க வேண்டும்: ‘குஜராத்தில் நடந்த

கலவரங்கள் ஒரு வெற்றிகரமான பரிசோதனை. எதிர்காலத்தில் நாடு முழுவதும் இதே போல் கலவரங்கள் நடத்தப்படும்.'

★

இந்தியா மதச்சார்பற்ற நாடு. காந்தி, நேரு உள்ளிட்ட தலைவர்கள் நம் தேசத்தின் மதச்சார்பின்மையைத் பாதுகாக்கப் பாடுபட்டனர். ஆர்எஸ்எஸ் போன்ற இந்துத்துவ வலதுசாரி அமைப்புகள் நீண்ட காலமாகவே இருந்தாலும் கடந்த 25 வருடங்களில் தான் இந்துத்துவத்தை அரசியலில் புகுத்தி, மிகுந்த பேரழிவு நடந்து வருகிறது.

ஜிகாதிகளுக்கு வெடிகுண்டுகள் போல் இந்துத்துவாக்களுக்கு அதிகாரம். அழிவின் உடனடித் தன்மையில் மட்டும் தான் வித்தியாசம். அழிவின் அளவில் இரண்டும் ஒன்றுக்கொன்று சளைத்தவை அல்ல. ஜிஹாதிகள் தீவிரவாதி என அதிகாரப் பூர்வமாக அடையாளப் படுத்தப்பட்டவர்கள். ஆனால் இந்துத் துவர்கள் சமூக அமைப்புகள் என்ற போர்வையில் உலவு கிறார்கள். அதற்கு ஒரு நிரந்தர முற்றுப்புள்ளி வைக்கப்பட வேண்டும்.

ஆர்எஸ்எஸ் இயக்கத்தின் நடவடிக்கைகள் தேசத்துக்கு அச்சுறுத்தலாக உள்ளன என்பது வல்லபபாய் படேலின் புரிதல். எனவேதான் அரசியல் நடவடிக்கைகளிலிருந்து ஆர்எஸ்எஸ் விலகி நிற்கும் என்ற உறுதி பெற்றுக் கொண்டு அதன் மீதான தடையை நீக்கினார் அவர். ஆனால் இன்று அவரையே இந்துத்துவவாதியாகச் சித்தரிக்க முயற்சிக்கிறார்கள்.

வரலாற்றைத் திரித்து இளம் தலைமுறையை இந்தியா இந்துக்களின் தேசம் என நம்ப வைக்க நினைக்கிறார்கள். ஹிட்லரும் இதைத் தான் திறம்படச் செய்தார்.

சமீபத்தில் காங்கிரஸ் அரசு கொண்டு வந்த இனக்கலவரச் சட்ட மசோதாவை அதன் தற்போதைய வடிவத்தில் நரேந்திர மோடி உள்ளிட்ட பாஜக தலைவர்கள் கடுமையாக எதிர்த்துள்ளதைக் கவனிக்க வேண்டும். பெரும்பான்மை இந்துக்களுக்கு அதனால் தீமை விளையும் என்பதே அவர்களின் கவலை.

ஒரு தேசத்தில் சிறுபான்மையினர் தம் அடையாளங்களை வலிந்து பேணவே விரும்புவர். அதுதான் இயல்பு. ஏனெனில்

அவர்களுக்குத் தம் இருப்பு குறித்த பதற்றம் இருந்தபடியே இருக்கும். இந்தியா போன்ற மதச்சார்பற்ற தேசத்தில் முஸ்லிம்கள் உள்ளிட்ட சிறுபான்மையோரைப் பாதுகாப்பாக வாழ்வதாக உணரச் செய்வது பெரும்பான்மை மக்களான இந்துக் களின் கடமை. அவர்கள் இந்த தேசத்தின் ஒரு பகுதி, இந்துக் களுக்கு இருக்கும் எல்லா உரிமைகளும் அவர்களுக்கும் உண்டு என்ற புரிதல் பரவலாக, ஆழமாக ஏற்பட வேண்டும்.

மதச்சார்பற்ற இந்தியாவுக்கு எது வேண்டும் என நாம் முடிவு செய்யவேண்டும்.

பின்னிணைப்பு 1

கோத்ரா சம்பவம் - தடயவியல் ஆய்வறிக்கைகள்

தடய அறிவியல் ஆய்வகம், குஜராத் மாநிலம்
நியூ மென்டல் கார்னர், அகமதாபாத் - 16

CR எண். 9/2002, கோத்ரா காவல் நிலையம் தொடர்பான
இட ஆய்வறிக்கை எண் 1.
தேதி 17/5/2002

1/5/2002 அன்று குற்றம் நிகழ்ந்த இடத்தை தடயவியல் நிபுணர்கள் பார்வையிட்டனர். இந்த நிபுணர் குழுவில் கீழே கையொப்பம் இட்டுள்ளவர் தவிர திரு. ஏஆர் வகேலா - விஞ்ஞான அலுவலர், வடோதரா, திரு. யோகேஷ் படேல் - விஞ்ஞான அலுவலர், பஞ்ச்மஹால் மற்றும் திரு. எஸ்ஜ தேசாய் - புகைப்படக் காரர், சூரத் ஆகிய பிற நிபுணர்களும் இருந்தனர். எரிக்கப்பட்ட சபர்மதி எக்ஸ்பிரஸின் எஸ் 6 பெட்டியை நிபுணர்கள் விரிவாக ஆய்வு செய்தனர். இந்தப் பெட்டி கோத்ரா ரயில் நிலையத்தின் யார்டில் நிறுத்தப்பட்டுள்ளது. பெட்டியை விரிவாய் ஆய்வு செய்ததன் மூலம் அறிந்த தகவல்களைக் கொண்டு கண்டுபிடிக்கப்பட்டவை கீழே கொடுக்கப்பட்டுள்ளன.

1. எரிக்கப்பட்ட எஸ்6 பெட்டியின் தெற்குப் புறத்தின் வெளிப்பகுதியில் கல்லால் அடித்ததால் ஏற்பட்ட தடங்கள் நிறைய காணப்பட்டன. இதைத் தவிர, பெட்டியின் உள்ளேயும் நிறைய கற்கள் சிதறிக் கிடந்தன, கண்ணாடித் துண்டுகளும் காணப்பட்டன. இந்த கண்ணாடித் துண்டுகள் ஜன்னல்களுடையவை எனக் கண்டறியப்பட்டுள்ளது. இதிலிருந்து இந்தப் பெட்டியின்மீது வெளியிலிருந்து

பெருத்த அளவிலான கல்லெறிதல் நடந்திருக்கிறது என்றும், தெற்குப்புற கண்ணாடிகள் கல்லெறிதலால் உடைந்திருக்கின்றன என்றும், வடக்குப்புற கண்ணாடிகள் நெருப்பின் வெப்பத்தால் உடைந்திருக்கின்றன என்றும் சொல்வதற்கு சாத்தியமுண்டு.

2. பெட்டியின் கதவு நிறத்தின் நிலை, எரிந்திருக்கும் தன்மை, கைப்பிடி தாழின் நிலை, ஜன்னல் சட்டகத்தின் அலுமினியத் தகடுகள் உருகியுள்ள அடையாளங்கள் ஆகியவற்றை வைத்து வடக்குப் புறத்தின் கிழக்கு, மேற்கு கதவுகளும், அதே போல் தெற்குப் புறத்தின் கிழக்கு கதவும் என்று மொத்தம் மூன்று கதவுகள் நெருப்புச் சம்பவத்தின் போது திறந்திருந்தன என்றும் தெற்குப் புறத்தின் மேற்கு கதவு மூடி இருந்தது என்றும் சொல்ல முடியும்.

3. தெற்குப் புறத்தின் ஜன்னல்களில், ஒரு ஜன்னலின் ஒரு கம்பி வெப்பத்தால் உடைந்திருப்பது கண்டுபிடிக்கப்பட்டது. ஜன்னலின் கீழ்ப்பகுதியின் உயரம் நிலத்திலிருந்து 7 அடிக்கும் அதிகமாக இருப்பதால் ஜன்னல் புறத்திலிருந்து கம்பியின்மீது அழுத்த சாத்தியமில்லை என்றாகிறது. மேலும் கம்பியை ஏதும் ஆயுதம் வைத்து வளைத்திருப்பதாகவும் கண்டு பிடிக்கப்படவில்லை. அதனால் கம்பி உள்ளிருந்து அழுத்தம் கொடுத்து உடைக்க முயற்சிக்கப்பட்டிருக்க வேண்டும் என்பது தெளிவாகிறது. வெப்பத்தினால் இணைப்புகள் உருகி அதனால் மற்ற கம்பிகள் தளர்ந்துள்ளதாகத் தெரிகிறது.

4. பெட்டி எரிந்துள்ள விதம், அளவு, ஆழம், பெட்டியின் தரைப் பகுதியில் கறை படிந்துள்ள விதம் ஆகியவற்றை வைத்துப் பார்த்தால், நெருப்பு பெட்டியினுள் மிக வேகமாகப் பரவி யுள்ளதாகத் தெரிகிறது. மேலும் பெட்டியின் தரைப்பகுதியில் படிந்துள்ள கரையின் அடர்த்தியை வைத்துப் பார்த்தால் நெருப்பு பெட்டியின் கிழக்குப் புறத்திலிருந்து தொடங்கி யிருக்கவேண்டும், பின் வேகமாக மேற்குப் புறத்திற்குப் பரவியிருக்கவேண்டும். பெட்டியின் உள்ளிருந்த பொருட்கள் எரிந்த அடர்த்தியும், வீதமும் மிக அதிகமாக இருப்பதாகத் தெரிகிறது. கிழக்கிலிருந்து மேற்குப்புறம் உள்ள பகுதிகளில் சுமார் 80% எரிந்துள்ளது. மற்ற 20% பகுதிகளில் எரிந்த அடர்த்தி 80% பகுதிகளுடன் ஒப்பிடும் போது குறைவானது.

5. இந்த நெருப்பில் அமிலம் போன்ற எந்த அரிக்கும் திரவமும் பயன்படுத்தப்பட்டதாகத் தெரியவில்லை.

6. ஜன்னல்களின் சட்டகங்களின் நிலையைப் பார்த்தால் நெருப்பின் போது பெட்டியின் எல்லா ஜன்னல்களும் மூடி இருந்ததாகத் தெரிகிறது.

(கையொப்பம்)
டாக்டர் எம். எஸ். தாஹியா
துணை இயக்குநர்
(முத்திரை)

★

தடய அறிவியல் ஆய்வகம், குஜராத் மாநிலம்
நியூ மென்டல் கார்னர், அகமதாபாத் - 16

CR எண். 9/2002, கோத்ரா காவல் நிலையம் தொடர்பான
இட ஆய்வறிக்கை எண் 2.

தேதி 17/5/2002

1/5/2002 அன்று குற்றம் நிகழ்ந்த இடத்தை தடயவியல் நிபுணர்கள் குழு ஒன்று பார்வையிட்டது. அதில் கீழே கையொப்பம் இட்டுள்ளவர் தவிர திரு. ஏஎன் ஜோஷி - விஞ்ஞான அலுவலர், அகமதாபாத் என்பவரும் இருந்தார். சம்பவம் நடந்த அன்று எவ்வாறு குற்றம் நடந்தது என்ற உண்மைக் காட்சியை மறுபடி உருவாக்குவதற்காக ஒரு பெட்டி அதே இடத்தில் நிறுத்தப்பட்டது. வெவ்வேறு விதமான கொள்கலன்களின் உதவியுடன் திரவங்களைப் பயன்படுத்தி அந்தப் பெட்டியினுள் பரிசோதனைகள் செய்து காட்டப்பட்டன. அதன் அடிப்படையில் கீழ்க்காணும் முடிவுகள் வந்தடையப் பட்டன.

1. அந்த இடத்தில் நிலத்திலிருந்து ஜன்னலின் உயரம் சுமார் 7 அடி இருப்பது கண்டுபிடிக்கப்பட்டது. இந்நிலையில் பக்கெட் அல்லது கார்பாயிலிருந்து பெட்டிக்கு வெளி யிலிருந்து எந்த எரியூட்டும் திரவமும் வீசப்பட்டிருக்க சாத்திய மில்லை. ஏனெனில் இப்படிச் செய்தால் பெரும்பாலான

அளவு திரவம் வெளியே கொட்டி விடும். சம்பவ இடத்தில் பெட்டியின் தெற்குப் புறத்தில் சுமார் 14 அடி தூரத்தில் மூன்று அடி உயரத்துக்கு கற்குவியல் ஒன்று கிடந்தது. இந்தக் கற்குவியலின்மீது ஏறி நின்றுகொண்டு ஒரு பக்கெட்டின் உதவியுடன் தண்ணீர் ஜன்னல்களின் வழியே பெட்டியினுள் வீசப்பட்டது. இதில் 10 முதல் 15% தண்ணீரே பெட்டியினுள் போனது, மிச்ச அளவு வெளியே சிந்தி விட்டது. அதனால் எரியூட்டும் திரவம் வெளியிலிருந்து கொட்டப்பட்டால், அதன் பெரும் பகுதி வெளியே ரயில் பாதையில் கொட்டும். அதனால் நெருப்பு பிடித்து பெட்டியின் வெளிப்புற அடிப் பாகமும் சேதமடையும். ஆனால் பெட்டி மற்றும் ரயில் பாதையை சோதனை செய்த பிறகு, ஜன்னல்களுக்குக் கீழே நெருப்பின் எந்த பாதிப்பும் கண்டறியப்படவில்லை. இந்த உண்மையைக் கொண்டும் பெட்டி வெளியில் எரிந்திருக்கும் விதத்தைக் கொண்டும் வெளியிலிருந்து எந்த எரியூட்டும் திரவமும் வீசப்படவில்லை என்ற முடிவுக்கு வர முடியும்.

2. பெட்டியின் கதவின் வழியாக எரியூட்டும் திரவம் வீசப் பட்டிருக்கும் சாத்தியமும் இருப்பதாகத் தெரியவில்லை.

3. பெட்டியின் உட்புறத்துக்கும், பெட்டியின் கிழக்குப் புறத்தி லிருக்கும் வடக்குப் புற கதவுக்கும் இடையே இருக்கும் வழியில் நின்று பக்கெட் போன்ற அகண்ட வாய் கொன்ட பாத்திரத்தில் தண்ணீர் மேற்குப் புறத்துக்கு ஊற்றப்பட்டது. இதில் பெட்டியின் பெரும் பகுதியை 60 லிட்டர் தண்ணீர் நிரப்பியது. இப்படி தண்ணீர் வீசப்பட்டபோது தண்ணீர் மேற்குப்புறம் நோக்கி மட்டுமே சென்றது. அதன் எந்தப் பகுதியும் கதவுக்கு வெளியேயும் வரவில்லை. கழிப்பறைப் பகுதி நோக்கியும் செல்லவில்லை.

4. மேற்குறிப்பிட்ட பரிசோதனையின் அடிப்படையில் எஸ்6 பெட்டியின் கிழக்குப் பகுதியின் வடக்குப் புற கதவுக்கும் பெட்டியின் இருக்கை எண் 72க்கும் இடையே இருக்கும் வழியில் நின்று கொண்டு 60 லிட்டர் எரியூட்டும் திரவம் அகல வாய் கொண்ட பாத்திரத்தில் ஊற்றப்பட்டு நெருப்பு வைக்கப்பட்டிருக்கிறது என்ற முடிவுக்கு வர முடியும். கோத்ரா ரயில் நிலையத்திலிருந்து ரயில் கிளம்பியதற்குப் பிந்தைய நேர அளவு, நெருப்பின் தீவிரம், பெட்டியின் உள்ளிருந்த பொருட்கள் எரிந்த அடர்த்தி எல்லாம் கணக்கில்

கொண்டால், மிகப் பெரிய அளவில் (சுமார் 60 லிட்டர்கள்) எளிதில் எரியூட்டும் திரவம் பயன்படுத்தப்பட்டு நெருப்பு வைக்கப்பட்டுள்ளது என்றும் இந்த நெருப்பு வெகு வேகமாகப் பரவியுள்ளது என்ற முடிவுக்கும் வர முடியும்.

(கையொப்பம்)
டாக்டர் எம். எஸ். தாஹியா
துணை இயக்குநர்
(முத்திரை)

பின்னிணைப்பு 2

கோத்ரா - செய்தித்தாள்களில் வந்த பொய்கள்

(சந்தேஷ் - 28.2.02 - பக்கம் 1)

10-15 இந்துப் பெண்கள் மத வெறியர்களால் கடத்தப்பட்டனர். ரயில் பெட்டியிலிருந்து இழுத்துச் சென்றனர்.

உயிரைக் காத்துக் கொள்ள பெண்கள் ஓடினர். ரவுடிகள் துரத்திப் பிடித்தனர்.

சபர்மதி எக்ஸ்ப்ரஸில் இருந்த கரசேவகர்களோடு பெண்களும் குழந்தைகளும் கூட படுகொலை செய்யப்பட்டனர். வெறி பிடித்த கும்பல் ஒன்று ரயில் பெட்டிகளில் இருந்து 10 - 15 பெண்களை இழுத்துச் சென்றிருக்கிறது. இளம் இந்துப் பெண்கள் கொல்லப்பட்டது, கடத்தப்பட்டது பற்றிய பரவலான பேச்சுகள் கோத்ரா டவுனில் பதற்றத்தை பதற்றத்தை ஏற்படுத்தி இருக்கிறது. படுகொலையில் உயிர் பிழைத்தவர்கள் இச்சம்பவத்தை உறுதிப்படுத்தி இருக்கிறார்கள்.

கடத்தப்பட்ட பெண்கள் யார் என்பதோ, இச்சம்பவம் எந்த அளவிற்கு உண்மை என்பதோ போலீஸாருக்கு உறுதியாகத் தெரியவில்லை. என்றாலும் இளம் பெண்கள் உயிருக்குப் பயந்து ஓடியதை மறுக்க முடியாது. அவர்களைப் பிடித்துச் சென்றிருக்கலாம். கரசேவகர்களுக்குப் பொறுப்பாக இருந்த கௌஷிக் படேல் கடத்தப்பட்ட பெண்கள் இன்னும் கண்டுபிடிக்கப்படாமல் இருப்பது பற்றி புகார் தெரிவித்தார். இச்சம்பவம் நடந்திருப்பதை போலீஸ் உறுதி செய்யாவிட்டாலும் இது பற்றிய வதந்திகள் கோத்ராவில் பதற்றத்தை உருவாக்கி இருக்கிறது.

★

(சந்தேஷ் - 1.3.02 - பக்கம் 16)

சிதைந்த நிலையில் சபர்மதி எக்ஸ்ப்ரஸில் இருந்து கடத்தப்பட்ட இரண்டு பெண்களின் உடல்கள் கண்டுபிடிப்பு.

இரண்டு பெண்களின் மார்புகளும் அறுக்கப்பட்டிருந்தன.

சபர்மதி எக்ஸ்ப்ரஸில் இருந்து கடத்தப்பட்ட இரு பெண்களின் சிதைந்த உடல்கள் கலோல் ஏரிக்கருகே கண்டுபிடிக்கப்பட்ட செய்தி பஞ்ச்மஹால் மாவட்டத்தில் மட்டுமல்லாமல் குஜராத் முழுவதுமே வன்முறைத் தீயைப் பற்ற வைத்தது.

மிருகத்தனமான முறையில் இரண்டு உடல்களின் மார்புகளும் அறுக்கப்பட்டுள்ளன என்பதும் அப்போதே அவர்கள் இறந்திருக்கின்றனர் என்பதும் தெளிவாகத் தெரிகிறது. போலீஸ் அமைதி காப்பது எரிகிற நெருப்பில் எண்ணெய் ஊற்றுவது போல் இருக்கிறது. இரவுகளில் நடக்கும் பேச்சுகளில் இன்னொரு பெண்ணின் உடலும் கண்டுபிடிக்கப்பட்டுள்ளதாகச் செய்தி அடிபடுகிறது. சபர்மதி எக்ஸ்பிரஸில் வந்த பல பிரயாணிகளும் இதை உறுதி செய்தனர்.

மிகவும் உணர்ச்சிகரமான ஒரு சம்பவத்தில் போலீஸ் விசாரணையைத் தொடங்கும் முன்பாகவே பெண்களின் உடல்கள் கண்டுபிடிக்கப்பட்டுள்ளன. மிகவும் குறுகிய காலத்தில் இந்தச் செய்தி கலோலில் வேகமாகப் பரவி விட்டது. உடல்களைக் காண ஏராளமான பொது மக்கள் வருகின்றனர். அதிகாரப் பூர்வமற்ற ஒரு செய்தியின் படி அடையாளம் கண்டுபிடிக்க முடியாத அளவுக்கு இப்பெண்களின் முகங்கள் சிதைக்கப் பட்டுள்ளன. இறந்த உடல்களையும் அறுக்கப்பட்ட மார்பு களையும் பார்த்து மக்கள் மத்தியில் பதற்றம் பரவிக் கொண் டிருக்கிறது. மிகுந்த ஆத்திரமுற்றிருப்பதாகக் கூறுகின்றனர்.

இது சம்மந்தமான எந்தத் தகவலையும் தர போலீஸ் தயாராக இல்லை. அதே சமயம் மூன்றாவது பெண்ணின் உடல் கண்டு பிடிக்கப்பட்டிருப்பது நிலைமையை இன்னும் மோசமாக்கி இருக்கிறது.

பின்னிணைப்பு 3

குஜராத்தில் விநியோகிப்பட்ட துண்டுப் பிரசுரங்கள்

(1)

விழித்தெழு... எழுந்திரு... ஒற்றுமையாயிரு...

செங்கல்களுக்கு கற்களால் பதிலளியுங்கள்

இன்று சிறுபான்மை இனம் பெரும்பான்மை இனத்தை நசுக்க முற்படுகிறது. சுதந்தரத்துக்கு 50 ஆண்டுகளுக்குப் பின்னும் ஹிந்துஸ்தானிகளாக மாறாது இருப்பதற்காக முஸ்லிம்கள் வெட்கப்பட வேண்டும். அவர்களுக்குப் பெரும்பான்மை இனத்தின் பலம் பற்றிப் புரியவில்லை. இந்துக்களை ஒப்பிடும் போது முஸ்லிம்கள் துரோகிகள் - கோத்ரா கொலைகளும், சிந்தி மார்க்கெட் தரைமட்டமாக்கப்பட்டதும் இதை நிரூபிக்கின்றன. இதுவரை முஸ்லிம்கள் தங்கள் நம்பிக்கை துரோகத்தை காஷ்மீரில் மட்டுமே காட்டினர், பின் அவர்கள் தம் நடவடிக்கைகளை தில்லியில் இருக்கும் பாராளுமன்றத்துக்கு நீட்டித்தனர், இப்போது அவர்கள் குஜராத்துக்கும் சவால் விட்டதன்மூலம் மிகப் பெரும் தவறிழைத்து விட்டனர். இப்போது இந்துக்களிடமிருந்து முஸ்லிம்களை - போலீஸோ ராணுவமோ ஓட்டுக் கேட்பவர்களோ, அவர்களைக் கவனித்துக் கொள்ளும் அரசியல் கட்சிகளோ - யாராலும் காப்பாற்ற முடியாது.

இந்தியாவுக்கு சுதந்தரம் கிடைத்தபோது 3 கோடி (30 மில்லியன்) முஸ்லிம்கள் இந்தியாவில் இருந்தனர். இப்போது 50வது ஆண்டு நிறைவில் 35 கோடி (350 மில்லியன்) பேர் இருக்கின்றனர். புரிந்து கொள்ளுங்கள்... எச்சரிக்கையாய் இருங்கள்... அடுத்த ஐந்திலிருந்து பத்தாண்டுகளில் அவர்கள் நமக்கு

இணையான எண்ணிக்கையில் இருப்பர். யாரும் இங்கே கிரிக்கெட் அணியைத் தயார் செய்யவில்லை; பாகிஸ்தான் ஒரு படையைத் தயார் செய்து கொண்டிருக்கிறது.

போலீஸ் மற்றும் ராணுவமே, நீங்களும் கவனமாயிருங்கள். நீங்களும் இந்துக்கள். இந்துக்களாகிய நாங்கள் போலீஸையும் ராணுவத்தையும் முழுக்க ஆதரிக்கிறோம்.

என் சக இந்துக்களே, ஒன்றுபட்டு ஓர் இலவச இந்தியப்படையை உருவாக்குங்கள், சுதந்தரப் போராட்டத்தில் நடந்ததைப் போல் எதிரியை நிர்மூலமாக்குங்கள், நாடு சுமந்து கொண்டிருக்கும் பாவத்தின் சுமையைக் குறையுங்கள்.

வாட்வாவிருந்து நரோடா வரை, பாபு நகரிலிருந்து கலுப்பூர் வரை,

மார்ச் 29 அன்று ஓர் அழைப்பு வரும், ராமநாமம் எடுத்துக் கொண்டு தாக்குங்கள்,

பாபர் மசூதியை அழித்ததைப் போல் நாம் முஸ்லிக்களைத் தாக்குவோம்,

நாம் ஜமல்பூரை எரிப்போம், தாரியாபூரைக் காலி ஆக்குவோம்,

பழைய சாவ்லோ, மியாக்களோ நாங்கள் உங்களை விட மாட்டோம்,

ஹிந்துஸ்தானிகளான நாங்கள் உங்களைத் தேடிப் பிடித்துக் கொல்வோம் என சூளுரைக்கிறோம்,

இது ரகுகுலத்தின் பாரம்பரியம், ஒருபோதும் விட்டுக் கொடுப்பதில்லை,

ஃபரூக் ஷேக் அல்லது ஹாஜி பிலால் போன்ற நாய்களை சோனியா வைத்திருக்கட்டும்,

நாங்கள் அவர்களை இஷான் ஜாஃப்ரி போல் நடத்துவோம்,

எரிந்த கடைகளிலிருந்து வரும் நெருப்பினால் வானத்தைக் கருக்கச் செய்கின்றனர் முஸ்லிம்கள்,

அவர்களை வெட்டி அவர்களின் ரத்தத்தை ஆறு போல் ஓடச் செய்வோம்.

இலவச இந்தியப் படை என்பது இந்து மதத்தின் சங்கமம். நம் சக மதத்தவர் ஆயிரக்கணக்கானோர் அதில் சேர்ந்திருக்கின்றனர்.

நீங்களும் சேர்ந்து ஹிந்துஸ்தானத்தைக் காக்க உங்கள் ஆதரவை நல்குங்கள்.

நரேந்திர மோடிக்கு நன்றி. நாங்கள் உங்களை வணங்குகிறோம்! சர்தார் வல்லபாய் படேலுக்குப் பிறகு ஒரு நாயகன் பிறந்து விட்டான்!

குஜராத் பெருமையடைகிறது, இந்தியாவின் பெருமை உங்கள் கைகளில் தான் இருக்கிறது.

போலீஸ் அல்லது ராணுவத்தின் மீது கல்லெறிய வேண்டாம் என ஒவ்வொரு இந்துவும் கேட்டுக் கொள்ளப்படுகிறார்.

அவர்கள் நம் சகோதரர்கள்.

- இந்தியன்

(2)

விஷ்வ ஹிந்து பரிஷத் (ராணிப்)
சத்யம் சிவம் சுந்தரம்
ஜெய் ஸ்ரீராம்
விழித்தெழு! எழுந்திரு! சிந்தனை செய்! செயலாற்று!
நாட்டைக் காப்பாற்று! மதத்தைக் காப்பாற்று!

பொருளாதாரப் புறக்கணிப்புதான் ஒரே வழி. இந்துக்களிட மிருந்து சம்பாதித்த பணத்தைக் கொண்டு தேச விரோத சக்திகள் நம்மை அழிக்கிறார்கள்! அவர்கள் ஆயுதங்கள் வாங்குகிறார்கள்! அவர்கள் நம் சகோதரிகளை, மகள்களை மானபங்கம் செய் கிறார்கள்! இந்தச் சக்திகளின் முதுகெலும்பை உடைக்கும் வழி, பொருளாதார ஒத்துழையாமை இயக்கம்.

நாம் உறுதி எடுப்போம் -

1. இப்போதிருந்து நான் முஸ்லிம் கடைக்காரரிடமிருந்து ஏதும் வாங்கமாட்டேன்!
2. நான் என் கடையிலிருந்து அப்படிப்பட்ட சக்திகளுக்கு ஏதும் விற்கமாட்டேன்!
3. இந்தத் தேசவிரோதிகளின் உணவங்களையோ ஊர்தியகங் களையோ பயன்படுத்தமாட்டேன்!
4. நான் எனது வாகனங்களை இந்து ஊர்தியகங்களுக்கு மட்டுமே தருவேன்! ஊசியிலிருந்து தங்கம் வரை முஸ்லிம்

களால் தயாரிக்கப்பட்ட எதையும் வாங்கமாட்டேன். நாம் செய்த பொருட்களையும் அவர்களுக்கு விற்கமாட்டோம்!

5. முஸ்லிம் நாயகன் - நாயகிகள் நடித்த திரைப்படங்களை முழு மனதுடன் புறக்கணியுங்கள்! இந்த தேச விரோதிகள் தயாரித்த படங்களைத் தூக்கி எறியுங்கள்!

6. முஸ்லிம்களின் அலுவலகங்களில் வேலை செய்யாதீர்கள்! அவர்களை வேலைக்கு எடுக்காதீர்கள்!

7. நம் வியாபாரக் கட்டடங்களில் அவர்களை அலுவலகங்கள் வைக்க அனுமதிக்காதீர்கள், நமது வீடுகளில், காலனிகளில், குடியிருப்புகளில் அவர்களுக்கு வீடுகளை விற்கவோ வாடைக்கு விடவோ செய்யாதீர்கள்.

8. இந்து தேசத்தைப் பாதுக்காக்கும் ஆளுக்கு மட்டுமே என் வாக்கை அளிப்பேன்.

9. நம் சகோதரிகள் - மகள்கள் பள்ளிகள், கல்லூரிகள், பணி யிடங்கள் ஆகியவற்றில் முஸ்லிம் பையன்களின் 'காதல் வலை'யில் விழாதிருப்பதை உறுதி செய்ய கவனமாக இருப்பேன்.

10. முஸ்லிம் ஆசிரியரிடமிருந்து நான் எந்தக் கல்வியோ பயிற்சியோ பெற மாட்டேன்.

இப்படிப்பட்ட கண்டிப்பான பொருளாதாரப் புறக்கணிப்பே இந்தச் சக்திகளை நெரிக்கும்! இது அவர்களின் முதுகெலும்பை உடைக்கும்! பிறகு அவர்களுக்கு இந்த நாட்டின் எந்த மூலையிலும் வாழ்வது சிரமமாகி விடும்! பிறகு எந்த முஸ்லிமும் தன் தலையை நம்முன் உயர்த்த மாட்டான்!

இந்தத் துண்டறிக்கையை நீங்கள் வாசித்தீர்களா? இதை பத்து பிரதிகள் எடுத்து, நம் சகோதரர்களிடையே விநியோகியுங்கள். இதை செயல்படுத்தாது இருப்பவனை, விநியோகிக்காது இருப்பவனை ஹனுமானின் சாபம் வந்தடையும்! ராமச்சந்திர மூர்த்தியின் சாபமும் அவனைச் சேரும்!

- ஓர் உண்மையான இந்து நாட்டுப் பற்றாளன்

பின்னிணைப்பு 4

தெஹல்கா ரகசியப் புலனாய்வு வாக்குமூலங்கள்

நரோடா பாட்டியா கலவரத்தில் ஈடுபட்ட பஜ்ரங் தள் கட்சியைச் சேர்ந்த பாபு பஜ்ரங்கி அளித்த வாக்குமூலத்திலிருந்து சில பகுதிகள் (செப்டெம்பர் 1, 2007).

தெஹல்கா: கோத்ராவில் எதை உங்களால் சகித்துக்கொள்ள முடியவில்லை?

பஜ்ரங்கி: கோத்ரா படுகொலையைப் பார்த்த எவருக்கும் அப்படித்தான் தோன்றியிருக்கும். உடனே அவர்களை வெட்டித் துண்டாட வேண்டும்.

பஜ்ரங்கி: நரோடா மற்றும் நரோடா கிராமம் அரை கிமீ தூரத்தில் உள்ளது. அந்த இரு இடங்களிலும் நாங்கள் நிறையவே செய்தோம். பின்பு அந்தப் பிணங்களைக் கிணற்றுக்குள் தள்ளினோம்.

தெஹல்கா: முஸ்லிம்கள் துண்டு துண்டாக வெட்டப் பட்டார்கள்...

பஜ்ரங்கி: துண்டாடப்பட்டார்கள். எரிக்கப்பட்டார்கள்... பல மாதிரியாக நிகழ்ந்தது... நாங்கள் இவர்களைக் கொளுத்து வதைத்தான் விரும்புகிறோம், ஏனெனில் இந்த தேவிடியா மகன்கள் இறந்த பின் எரிக்கப்படுவதை விரும்புவதில்லை.

தெஹல்கா: முஸ்லிம்களைக் கொன்று குவித்த பிறகு எவ்வாறு உணர்ந்தீர்கள்?

பஜ்ரங்கி: மகிழ்ச்சியாக இருக்கிறது அல்லவா? நான் அவர்களை எல்லாம் கொன்று விட்டு வீடு திரும்பினேன். உள்துறை அமைச்சருடன் உரையாடிவிட்டு உறங்கச் சென்றேன். நான் ராணா பிரதாப்பைப் போல் உணர்ந்தேன். மகாராணா பிரதாப்பைப் போல் ஏதோ செய்து விட்டதாக... அவரைப் பற்றிய கதைகளைக் கேட்டிருக்கிறேன். ஆனால் அவர் அன்று செய்ததை நானே செய்தேன்.

★

குஜராத் மாநில அரசு தலைமை வழக்கறிஞராக இருந்த அரவிந்த் பாண்டியா கொடுத்த வாக்குமூலத்திலிருந்து சில பகுதிகள் (ஜூன் 8, 2007)

தெஹல்கா: கலவரங்களின் போது முன்னணியில் யார் நின்றது?

பாண்டியா: இவர் இருந்தார், அவர் இருந்தார் என்று குறிப்பிட்டுக் கூறுவது தவறாகி விடும். விஹெச்பி மற்றும் பஜ்ரங் தளத்தைச் சேர்ந்த அனைவரும் களத்துக்குச் சென்றனர்.

தெஹல்கா: கமிஷனின் இறுதி அறிக்கை இந்துக்களுக்கு எதிராகப் போக வாய்ப்புள்ளதா?

பாண்டியா: இல்லை, இல்லை. அதனால் காவல் துறைக்கு சில பிரச்னைகள் வரலாம். நாம் தேர்வு செய்துள்ள நீதிபதிகள் காங்கிரஸ்காரர்கள்.

தெஹல்கா: ஆம், நானாவதி மற்றும் ஷா.

பாண்டியா: அதுதான் ஒரே பிரச்னை. எங்கள் தலைவர்கள் அவசர கதியில் சர்ச்சைக்குள் சிக்கி விட்டார்கள். அவர்கள் நினைத்தது என்னவென்றால், நானாவதி சீக்கிய கலவரங்களில் தொடர்புடையதால் ஒரு காங்கிரஸ் நீதிபதியை நியமித்தால் சர்ச்சை எதுவும் எழாது என நினைத்தார்கள்.

தெஹல்கா: நானாவதி உங்களுக்கு முற்றிலும் எதிராக இயங்குவாரா?

பாண்டியா: நானாவதி மிகவும் விவரமானவர். அவருக்குப் பணம் வேண்டும். அந்த இருவரில் கே.ஜி.ஷா மிக விவேக மானவர். அவர் நம்முடைய ஆள். நமக்கு ஆதரவானவர். நானாவதிக்கு பணம் தான் ஒரே குறி.

பின்னிணைப்பு 5

பாலியல் வன்முறைகள் குறித்த வாக்குமூலங்கள்

வாக்குமூலம் அளித்தவர்: சுல்தானி

சம்பவம்: எர்ரால் கிராமம், பஞ்ச்மஹால் மாவட்டம் (பிப்ரவரி 28, 2002)

வாக்குமூலம்: கலோல் முகாம், பஞ்ச்மஹால் மாவட்டம் (மார்ச் 30, 2002)

பிப்ரவரி 28ம் தேதி மதியம் வன்முறைக் கும்பலிடமிருந்து தப்பித்து கலோலுக்குப் போய்ச் சேர்ந்துவிட வேண்டும் என்று நாங்கள் சுமார் 40 பேர் ஒரு டெம்போவில் கிளம்பினோம். என் கணவர் ஃப்ரோஸ் டெம்போவை ஓட்டினார்.

கலோலுக்கு கொஞ்சம் தூரம் வெளியே ஒரு மாருதி கார் சாலையை மறித்தவாறு நிறுத்தப்பட்டிருந்தது. ஒரு கும்பல் காத்துக் கொண்டிருந்தது. ஃபெரோஸ் வளைத்து ஓட்டினார். டெம்போ கவிழ்ந்து விட்டது. நாங்கள் வெளியே வந்ததும் அவர்கள் எங்களைத் தாக்க ஆரம்பித்தார்கள்.

நாங்கள் கண்ட திசைகளில் சிதறி ஓடினோம். எங்களில் சிலர் ஆற்றை நோக்கி ஓடினோம். என் மகன் ஃபைசானைத் துக்கிக் கொண்டு ஓடியதால் நான் பின்தங்கி விட்டேன். என் தலைமயிரைப் பிடித்து இழுத்து தரையில் வீசினார்கள். ஃபைசான் கீழே விழுந்ததால் அழ ஆரம்பித்து விட்டான். என் ஆடைகளை உரித்து ஒட்டுத் துணியில்லாமல் என்னை நிர்வாணமாக்கினார்கள்.

பிறகு ஒவ்வொருத்தராக என்னை வன்கலவி செய்தார்கள். குழந்தை அழுது கொண்டிருந்தது மட்டும் எனக்குக் கேட்டுக் கொண்டே இருந்தது. மூன்று பேருக்குப் பிறகு நான் நினை விழந்துவிட்டேன். பிறகு ஏதோ ஒரு கூர்மையான ஆயுதத்தால் என் காலை வெட்டி என்னை அப்படியே அங்கேயே போட்டுவிட்டுப் போய் விட்டார்கள்.

★

வாக்குமூலம் அளித்தவர்: நைமுதீன் இப்ராஹிம் ஷேக்

சம்பவம்: ஹுசைன் நகர், நரோடா பாட்டியா (பிப்ரவரி 28, 2002)

வாக்குமூலம்: ஷா - ஆலம் முகாம், அகமதாபாத் (மார்ச் 27, 2002)

பிப்ரவரி 28ம் தேதி காலை 9 மணிக்கு அது ஆரம்பமானது. அப்போது தான் 'முஸ்லிம்களை வெளியே தள்ளுங்கள்' என்று கத்திக் கொண்டு கும்பல்கள் வர ஆரம்பித்தன. அவர்களில் பலர் காவி நிற அரைக்கால் சட்டை அணிந்திருந்தார்கள்.

கங்கோத்ரி குடியிருப்பு, கோபிநாத் குடியிருப்பைச் சேர்ந்த பையன்களும் கும்பலில் இருந்தார்கள். என் அம்மா, அப்பா, தங்கை, தங்கை மகள், மனைவி ஸாரினா, என் தம்பி, என் மனைவியின் தங்கை, தம்பி மகள் எல்லோருமாகச் சேர்ந்து 11 பேர். நாங்கள் அத்தனைபேரும் வீட்டைவிட்டு ஓட ஆரம்பித் தோம். நாங்கள் எல்லோரும் சேர்ந்து போலீஸ் ஸ்டேஷனுக்கு ஓடினோம்.

போலீஸார் 'கோபிநாத்தையும் கங்கோத்ரியையும் நோக்கிப் போங்கள்' என்றார்கள். இந்தக் குழப்பத்தில் என் மனைவி என்னிடமிருந்து பிரிந்துவிட்டாள். என்ன நடந்தது என்று பிறகு அவள் என்னிடம் சொன்னாள். கும்பலிடமிருந்து தப்பிக்க அவள் ஒரு சுவரேறி குதிக்க முயன்றிருக்கிறாள். முடியாமல் ஒன்றும் செய்ய இயலாமல் திகைத்துப் போய் நின்றிருக்கிறாள். அவர்கள் அவளைக் கூட்டாக வன்கலவி செய்துவிட்டு அவளுடைய கையையும் வெட்டியிருக்கிறார்கள்.

அவளைக் கண்டெடுக்கும் போது நிர்வாணமாக இருந்திருக் கிறாள். பல நாள்கள் அவளை அரசு மருத்துவமனையில் வைத்திருந்தார்கள். இப்போது கான்பூர் தர்வாஸாவில் அவளுடைய தாயார் உடனிருக்க குணமடைந்து வருகிறாள்.

பின்னிணைப்பு 6

குறிப்புதவி

புத்தகங்கள் / கட்டுரைகள்

1. Lest We Forget History - P G J Nampoothiri & Gagan Sethi (Books For Change – 2012)
2. Gujarat : The Making of a Tragedy – Siddharth Varadharajan (Penguin Books – 2002)
3. The Black Book of Gujarat – M. L. Sondhi & Apratim Mukarji (Manak Publications – 2002)
4. Crime against Humanity - Volume I, II & III (Concerned Citizens Tribunal - Gujarat 2002)
5. The Truth : Gujarat 2002 – Tarun J Tejpal (Tehelka Special Issue, 7 November 2007)
6. The truth about Godhra – An article by Siddharth Varadharajan (The Hindu – 25 January 2005)
7. *குஜராத் 2002 : அர்த்தங்களும் உள்ளர்த்தங்களும் - தமிழில்: அ.மார்க்ஸ் (அடையாளம் - 2002)*
8. குஜராத் : பெண்கள் குழந்தைகளுக்கெதிரான கொடூரங்கள் - தமிழில் : வளர்மதி (இலக்கியச்சோலை - 2003)
9. *குஜராத் 2002 : தெஹல்கா அம்பலம் - தமிழில் : அ. மார்க்ஸ் (பயணி வெளியீட்டகம் - 2007)*
10. *குஜராத் 2002 இனப்படுகொலை - தமிழில் : அ.முத்துக் கிருஷ்ணன் (வாசல் - தலித் முரசு - 2008)*

ஆவணப்படங்கள் / டிவி நிகழ்ச்சிகள்

1. Final Solution - A documentary by Rakesh Sharma (2003)
2. Untold Story of Gujarat Riots – A programme by Rahul Kanwal (Headline Today, April 15, 2013)
3. Gujarat Riots (Godhra incident) : A Forgotten Story - Report of Dr. V. N. Sehgal (2013)

செய்தித்தாள்கள் / சஞ்சிகைகள்

1. The Times of India
2. The Hindu
3. The Indian Express
4. Outlook
5. India Today
6. Frontline
7. Tehelka
8. காலச்சுவடு
9. உயிர்மை
10. தீராநதி

இணையதளங்கள் / வலைப்பதிவுகள்

1. Wikipedia (http://en.wikipedia.org/)
2. BBC (http://www.bbc.com/)
3. Rediff (http://www.rediff.com/)
4. IBN Live (http://ibnlive.in.com/)
5. Counter Currents (http://www.countercurrents.org/)
6. Reality, one bite at a time (http://svaradarajan.blogspot.in/)
7. Communalism Combat (http://www.sabrang.com/)
8. Online Volunteers - http://onlinevolunteers.org/
9. National Human Rights Commision (http://nhrc.nic.in/)
10. Truth of Gujarat (http://www.truthofgujarat.com/)

11. Gujarat Riots: The True Story (http://www.gujaratriots.com/)
12. Nanavati Commission - Godhra (http://nanavaticommission.wordpress.com/)
13. Narendra Modi (http://www.narendramodi.in/)

மேலும் வாசிக்க

1. Godhra : A Mystery Unfolds - Manish L. Srivastava
2. Godhra : A Journey To Mayhem - Nirendra Dev
3. The Gujarat Carnage - Asghar Ali Engineer
4. The Gujarat Genocide : A Case Study in Fundamentalist Cleansing - Garda Ghista
5. Pogrom in Gujarat : Hindu Nationalism and Anti-Muslim Violence in India - Parvis Ghassem-Fachandi
6. Scarred: Experiments with Violence in Gujarat - Dionne Bunsha
7. 2002 Riots : 2002 Gujarat Violence (Books LLC)
8. The Insider's View: Memoirs of a Public Servant - Javid Chowdhury
9. Gujarat : Irakalkkuvendioru Porattam (Malayalam) - R B Sreekumar
10. Gujarath (Malayalam) - R B Sreekumar
11. And Miles to Go... - Noorjahan Diwan, Shabnam Hashmi, Sofiya Khan, Syeda Hameed, Zakia Soman
12. The Insider's View, Memoirs of a Public Servant - Javid Chowdhury
13. Genocide Gujarat 2002 : A Special Issue of Communalism Combat - Javed Anand & Teesta Setalvad
14. The Gujarat Pogrom (Indian Social Institute)
15. Gujarat 2002 : Untold and Retold Stories of the Hindutva Lab – John Dayal
16. Racial Hegemony : Gujarat Genocide - Paul Mike & Aloysius Irudayam
17. Harvest of Hate : Gujarat Under Siege – Swami Agnivesh & Valson Thampu

18. A book on the aftermath of the 2002 Gujarat riots - Zahir Janmohamed (not yet released)
19. Gujarat Pogrom : 2002 – K. Gopal
20. Godhra, A Journey to Mayhem – Nirendra Dev
21. The Gujarat holocaust (Editorials from the Statesman)
22. Humanity at Crossroads in Gujarat, 2002 (Citizen's Initiative)
23. Gujarat Holocaust - Ram Nath Sharma
24. Harvest of Hatred - Richard Bonney
25. Gujarat after Godhra - Ramesh N. Rao, Koenraad Elst

www.ingramcontent.com/pod-product-compliance
Lightning Source LLC
LaVergne TN
LVHW100327181026
850499LV00039B/1007
* 9 7 8 9 3 5 1 3 5 1 6 8 9 *